AF518926

ഗ്രീൻ ബുക്സ്

പി. ഭാസ്കരന്റെ കാവ്യമുദ്രകൾ

ശ്രീകുമാരൻ തമ്പി

കവി, നോവലിസ്റ്റ്, ഗാനരചയിതാവ്, സംഗീതസംവിധായകൻ,
നിർമ്മാതാവ്, ചലച്ചിത്ര സംവിധായകൻ.
1940 മാർച്ച് 16-ന് ഹരിപ്പാട്ട് ജനനം. ഗണിതശാസ്ത്രത്തിലും
സിവിൽ എൻജിനീയറിങ്ങിലും ബിരുദധാരി.

ഓടക്കുഴൽ അവാർഡ്, മഹാകവി ഉള്ളൂർ അവാർഡ്,
മുലൂർ അവാർഡ്, കൃഷ്ണഗീതി പുരസ്കാരം,
പ്രവാസകൈരളി അവാർഡ്, ബാലസാഹിത്യത്തിനുള്ള
ശ്രീപത്മനാഭസ്വാമി പുരസ്കാരം തുടങ്ങിയവ ലഭിച്ചു.

കൃതികൾ: കാക്കത്തമ്പുരാട്ടി, കുട്ടനാട്, കടലും കരളും,
ഞാനൊരു കഥ പറയാം (നോവലുകൾ),
എൻജിനീയറുടെ വീണ, നീലത്താമര, എൻ മകൻ കരയുമ്പോൾ,
ശീർഷകമില്ലാത്ത കവിതകൾ, അച്ഛന്റെ ചുംബനം,
അമ്മയ്ക്കൊരു താരാട്ട് (കവിതാസമാഹാരങ്ങൾ),
സിനിമ-കണക്കും കവിതയും, തിരഞ്ഞെടുത്ത
ആയിരത്തിഒന്ന് ഗാനങ്ങൾ അടങ്ങിയ "ഹൃദയസരസ്സ്".

സിനിമാരംഗത്ത് വിവിധ മേഖലകളിൽ ഒട്ടേറെ
പുരസ്കാരങ്ങൾക്കർഹനായി. 30 മലയാള ചലച്ചിത്രങ്ങൾ
സംവിധാനം ചെയ്തു. 22 കഥാചിത്രങ്ങളും,
പതിനൊന്ന് ടി.വി. പരമ്പരകളും നിർമ്മിച്ചു.
ദേശീയ ഫിലിം അവാർഡ് കമ്മിറ്റി അംഗം,
കേരള ഫിലിം അവാർഡ് കമ്മിറ്റി ചെയർമാൻ (2004)
എന്നീ നിലകളിലും സേവനം.

ഭാര്യ: രാജേശ്വരി. മക്കൾ: കവിത, രാജകുമാരൻ.

വിലാസം: *കരിമ്പാലേത്ത്, ബെല്ലാവിസ്റ്റ, പേയാട് പോസ്റ്റ്, തിരുവനന്തപുരം*

പി. ഭാസ്കരന്റെ കാവ്യമുദ്രകൾ

ശ്രീകുമാരൻ തമ്പി

ഗ്രീൻ ബുക്സ്

green books private limited
little road, ayyanthole, thrissur- 680 003
ph: 0487-2361038
website: www.greenbooksindia.com
e-mail: info@greenbooksindia.com

(malayalam)
p. bhaskarante kavyamudrakal
(study)
by
sreekumaran thampi

first published septemebr 2010
reprinted april 2013

cover design : rajesh chalode

branches:
thrissur 0487-2422515
palakkad 0491-2546162
kannur 0497-2763038

isbn : 978-81-8423-194-6

GBPL/339/2010/X001

മുഖക്കുറി

ചങ്ങമ്പുഴയ്ക്കുശേഷം കേരളം കണ്ടിട്ടുള്ള ഏറ്റവും മികച്ച കവികളിൽ ഒരാളാണ് പി. ഭാസ്ക്കരൻ.
വിഷയ വൈവിധ്യത്തിലും പ്രതിപാദനത്തിലും വേറിട്ടു നില്ക്കുന്നു അദ്ദേഹത്തിന്റെ രചനകൾ. വിപ്ലവവും പ്രകൃതിയും പ്രണയവും വിരഹവുമെല്ലാം ആ കവിതകളിൽ ദൃശ്യമാണ്.
ഭാഷയെയും സാഹിത്യത്തെയും പരിപോഷിപ്പിക്കുന്നതിൽ ഭാസ്ക്കരന്റെ തൂലിക വഹിച്ച പങ്ക് നിസ്തുലമാണ്.
മലയാളഭാഷയിൽ എഴുതപ്പെട്ട ഗാനങ്ങളിൽ ഏറ്റവും മികച്ചത് ഒരുപക്ഷേ പി.ഭാസ്ക്കരന്റേതായിരിക്കും.
അത്യന്തം ലാളിത്യമാർന്ന ആ രചനകളിൽ കവിയുടെ ഹൃദയശുദ്ധി നിറഞ്ഞുനില്ക്കുന്നു. 'പുതിയ തലമുറയുടെ മഹാകവി' എന്നാണ് എം. ഗോവിന്ദൻ ഭാസ്ക്കരന് നല്കിയ വിശേഷണം. അത് 26-ാം വയസ്സിൽ.
പില്ക്കാലത്ത് അഭിനേതാവ്, ഗാനരചയിതാവ്, സംഗീത സംവിധായകൻ, ചലച്ചിത്ര സംവിധായകൻ, ചലച്ചിത്ര നിർമ്മാതാവ് എന്നിങ്ങനെ വിവിധ വേഷങ്ങളണിഞ്ഞപ്പോഴും അദ്ദേഹം കവിതയെയോ വിപ്ലവത്തെയോ കൈവെടിഞ്ഞില്ല. അദ്ദേഹത്തിന്റെ കവിമനസ്സും വിപ്ലവമനസ്സും ആമരണം ജാഗരൂകമായിരുന്നു.

സാഹിത്യരംഗത്തും ചലച്ചിത്രരംഗത്തും അദ്ദേഹത്തോടൊപ്പം പ്രവർത്തിക്കുകയും പ്രസ്തുത രംഗങ്ങളിൽ ശ്രദ്ധേയമായ സംഭാവനകൾ നല്കുകയും ചെയ്ത ശ്രീകുമാരൻതമ്പി ഭാസ്ക്കരന്റെ ജീവിതത്തിലൂടെയും കാവ്യജീവിതത്തിലൂടെയും ചലച്ചിത്ര ജീവിതത്തിലൂടെയും നടത്തുന്ന ഒരു തീർത്ഥാടനമാണ് ഈ പുസ്തകം. 'മനുഷ്യസ്നേഹത്തിന്റെ പാട്ടുകാരൻ' തുടങ്ങി 'കവിയും ക്യാമറയും' വരെയുള്ള 14 അധ്യായങ്ങളിലൂടെ ഭാസ്ക്കരന്റെ സ്വത്വത്തെ ശ്രീകുമാരൻ തമ്പി ഭക്ത്യാദരങ്ങളോടെ അനാവരണം ചെയ്യുന്നു.

കൃഷ്ണദാസ്
മാനേജിങ് എഡിറ്റർ

ഒന്ന്

മനുഷ്യസ്നേഹത്തിന്റെ പാട്ടുകാരൻ

ബാല്യത്തിന്റെ നിഷ്കളങ്കതയും കൗമാരത്തിന്റെ കൗതുകവും യൗവനത്തിന്റെ തീക്ഷ്ണതയും വാർദ്ധക്യത്തിന്റെ പക്വതയും നിറഞ്ഞുപതഞ്ഞൊഴുകുന്ന ആശയസ്രോതസ്സുകളാണ് പി. ഭാസ്കരന്റെ കവിതയും ഗാനവും.

'വില്ലാളിയാണു ഞാൻ ജീവിത സൗന്ദര്യ
വല്ലകിമീട്ടലല്ലെന്റെ ലക്ഷ്യം'

എന്നുറക്കെ പ്രഖ്യാപിച്ചുകൊണ്ട് കാവ്യരംഗത്തു പ്രവേശിച്ച പി. ഭാസ്കരൻ 'വയലാർ ഗർജ്ജിക്കുന്നു' എന്ന ഉജ്ജ്വലകാവ്യത്തിലൂടെ കേരളത്തിലെ കമ്മ്യൂണിസ്റ്റു പ്രസ്ഥാനത്തിനു വിലപ്പെട്ട കാവ്യസംഭാവനതന്നെ നൽകി.

'പദം പദം ഉറച്ചു നാം
പാടിപ്പാടിപ്പോവുക
പാരിലൈക്യകേരളത്തിൻ
കാഹളം മുഴക്കുവാൻ
നവം നവ രണങ്ങളിൽ
നമ്മൾ തൻ ത്യാഗങ്ങളിൽ
നാം രചിക്കുമാപ്പുതിയ
കേരളം മനോഹരം'

എന്നിങ്ങനെ പാടി ഐക്യകേരളത്തെ സ്വപ്നം കണ്ടപ്പോഴും

'ഉയരും ഞാൻ നാടാകെ-
പ്പടരും ഞാൻ, ഒരു പുത്തൻ
ഉയിർ നാടിനേകിക്കൊ-
ണ്ടുയരും വീണ്ടും'

'അലയടിച്ചെത്തുന്ന തെക്കൻ കൊടുങ്കാറ്റിൽ
അലറുന്ന വയലാറിൻ ശബ്ദം കേൾപ്പൂ..!'

എന്നു പാടി പുന്നപ്ര - വയലാർ സമരത്തിലെ രക്തസാക്ഷികളെ ആദരിച്ചപ്പോഴും അദ്ദേഹത്തിന്റെ കവിത വെറും മുദ്രാവാക്യമായി അധഃപതിക്കുകയുണ്ടായില്ല. ജന്മംകൊണ്ടു തന്നെ കവിയായ പ്രതിഭാശാലിയാണ് പി. ഭാസ്കരൻ. അതുകൊണ്ടാണ് വെറും പടപ്പാട്ടുകളായിത്തീരേണ്ട ഗാനങ്ങളിൽപ്പോലും കാവ്യബിംബങ്ങൾ കടന്നുവന്നത്.

"സ്വപ്നസാഗരങ്ങൾ തന്നുപരിയായ്
സാമ്രാജ്യത്വം
കുത്തിവച്ച പട്ടുകൊറ്റക്കുടകളെ
കഴുമരത്തിലാടുമ്പോഴും
പുഞ്ചിരിച്ചുകൊണ്ടു നിങ്ങൾ
കാലുകളാൽ കടപുഴക്കിയില്ലയോ?"

എന്നും,

'ഉന്നത മനുജസ്നേഹവില്ലുക-
കളൊരുക്കി സ്വന്തം
നെഞ്ചിലെ ഞരമ്പുകളാൽ
ഞാണുകൾ കെട്ടി
ഉന്നമൊട്ടും പിഴയ്ക്കാതെ
ശരങ്ങളുമേന്തിക്കാവൽ
നിന്നിടുന്നു ഞങ്ങൾ മന്നിൽ
ജനകോടികൾ.......' എന്നും പി. ഭാസ്കരൻ പാടിയപ്പോഴും ആ ശബ്ദം വേറിട്ടു നിൽക്കുകതന്നെ ചെയ്തു. കൗമാരകാലത്തു തന്നെ കമ്മ്യൂണിസ്റ്റ് പ്രസ്ഥാനവുമായി ബന്ധപ്പെട്ട അദ്ദേഹം

'വീര്യം തുള്ളിത്തുളുമ്പും വാളത്രേ
വീണയല്ലിന്നെൻ തൂലിക...'

എന്നു പാടി വിപ്ലവകവിയായി തുടരാനാഗ്രഹിച്ചെങ്കിലും യഥാർത്ഥ കാവ്യസൗന്ദര്യവും കലാവൈശിഷ്ട്യവും കണ്ടെത്താനുള്ള സഹജമായ അഭിവാഞ്ഛ അദ്ദേഹത്തെ പുതിയ വഴികളിലേക്കു നയിച്ചു. പക്ഷേ, കാല്പനികതയുടെ വസന്തവർണ്ണങ്ങളിൽ അഭിരമിച്ചപ്പോഴും വിപ്ലവത്തിന്റെ കെടാത്ത ഒരഗ്നിസ്ഫുലിംഗം അദ്ദേഹം ഹൃദയത്തിൽ സൂക്ഷിച്ചിരുന്നു എന്നു പറയാതെ വയ്യ. കാല്പനികതയും വിപ്ലവവും സമാന്തരരേഖകളാണെന്നാണല്ലോ

പറയാറ്. എന്നാൽ പി. ഭാസ്കരന്റെ വിപ്ലവാക്ഷരങ്ങളിൽപോലും കാല്പനികതയുടെ നിറം പുരണ്ടിട്ടുണ്ട്. സമാന്തരരേഖകൾ അനന്തതയിലേ സന്ധിക്കുകയുള്ളൂ എന്ന ഗണിതവാക്യം കവിതയുടെ കാര്യത്തിൽ ശരിയല്ലെന്നു സ്ഥാപിച്ച ഭാവഗായകനാണ് പി. ഭാസ്കരൻ.

നിറതോക്കുകളുമേന്തിനിന്ന പോലീസുകാരുടെ മുമ്പിലേക്ക് വാരിക്കുന്തങ്ങളുമായി ചാടിവീണ് മൃത്യു വരിച്ച അദ്ധ്വാനിക്കുന്ന വർഗ്ഗത്തിന്റെ രക്തം വീണു ചുവന്ന വയലാർ എന്ന ഗ്രാമത്തെ വില നിശ്ചയിക്കാനാവാത്ത 'കാവ്യ'പീഠത്തിലേക്കുയർത്തിയ പി. ഭാസ്കരനിൽ പിൽക്കാലത്തു വന്നുചേർന്ന മാറ്റങ്ങൾക്കു വിപ്ലവപ്രസ്ഥാനത്തിലുണ്ടായ വെട്ടിത്തിരുത്തലുകളും പിളർപ്പും പ്രചോദനങ്ങളായിത്തീർന്നിട്ടില്ലേ എന്നു സംശയിക്കേണ്ടിയിരിക്കുന്നു.

'എൻ കരവാളു വിറ്റൊരു മണി-
പ്പൊൻവീണ വാങ്ങിച്ചു ഞാൻ'

എന്ന് വയലാർ രാമവർമ്മയും പാടിയിട്ടുണ്ടല്ലോ. അത്രയും പ്രത്യക്ഷമല്ലെങ്കിലും ഒ.എൻ.വി.യുടെ 'വളപ്പൊട്ടുകൾ' പോലെയുള്ള ചില കവിതകളിലും യഥാർത്ഥ കവിയുടെ സ്വത്വചൈതന്യം ദർശിക്കാൻ സാധിക്കും. 'ഉത്തരം ലഭിക്കാത്ത ചോദ്യം' എന്ന പ്രശസ്ത കവിതയിൽ ആത്മവിമർശനം നടത്തിക്കൊണ്ടുതന്നെ പി. ഭാസ്കരൻ തന്നിലുണ്ടായ മാറ്റത്തെപ്പറ്റി പറയുന്നുണ്ട്.

'അറിവിൻ മുറിവുകൾ
ആത്മാവിൽ നിറകയാൽ
മരുന്നും വച്ചുകെട്ടി
മൗനിയായിരിക്കുന്നു'

ആ മൗനത്തിന്റെ പിന്നിലുള്ള സത്യസന്ധതയെ എങ്ങനെ ആദരിക്കാതിരിക്കും?

'നിങ്ങളിലൊരാളായി
ത്തീർന്നതിൻ ഫലമായി
ട്ടിന്നു ഞാൻ ദുർമോഹിയായ്
സ്വാർത്ഥിയായ് വർത്തിച്ചാലും
കാലടി ചളിക്കുണ്ടി-
ലാണ്ടിരുന്നിട്ടും ശുദ്ധി-
നാളമായ് വിരിയുന്ന
വെള്ളത്താമരപോലെ

എൻ ജീവൻ സത്യത്തിന്റെ
വെയിൽനാളങ്ങൾ തട്ടി-
യുജ്ജ്വലിക്കുന്നു കൂപ്പു-
കൈയുമായകളങ്കം'

അന്നത്തെ ഞാനോ സ്വപ്ന-
മിന്നത്തെ ഞാനോ സ്വപ്ന
മെന്ന ചോദ്യമുണ്ടെന്നി-
ലുത്തരം ലഭിയാതെ'.

തന്നിലുണ്ടായ പരിവർത്തനം ശാശ്വതമല്ലെന്ന് കവി കണ്ടറിഞ്ഞു. അദ്ധ്വാനിക്കുന്ന ജനവിഭാഗത്തിനും ശാശ്വതമായ വിമോചനത്തിനും വേണ്ടി പാടിയ തന്നിലെ വിപ്ലവകവി മരിച്ചിട്ടില്ലെന്നും അദ്ദേഹം തിരിച്ചറിഞ്ഞു. അതുകൊണ്ടാണ് സിനിമയുമായുണ്ടായ ദീർഘകാല പ്രണയത്തിനു ശേഷവും 'ഒരേ വെളിച്ചം', 'ഒസ്യത്ത്' തുടങ്ങിയ കവിതകളെഴുതാൻ അദ്ദേഹത്തിനു കഴിഞ്ഞത്. 'ഉത്തരം ലഭിക്കാത്ത ചോദ്യം' എന്ന സ്വന്തം കവിതയ്ക്ക് കവിതന്നെ കണ്ടെത്തുന്ന ഉത്തരമാണ് 'ഒരേ വെളിച്ചം' എന്ന കവിത.

'പണ്ടു ഞാനെരിയുമൊരു പന്തം
പാതയിൽ പദമൂന്നി മുന്നോട്ടു പോകുന്ന
പടയണിയിലേതോ ഭടന്റെയിടംകൈയിൽ
പാവകജിഹ്വയാർന്നലറിജ്ജ്വലിക്കുന്ന പന്തം'

ഇന്നോ?

'ഇന്നു ഞാൻ സൗമ്യമൊരു
ചെറു ദീപനാളം
കാറ്റത്തു പതറാതെ
കാലടികളിടറാതെ
മാംസവും പേശിയും
മജ്ജയും നിർമ്മിച്ച
ഞാനായ ചിമ്മിനിയി-
ലെരിയുന്ന നാളം
നാളെപ്പൊലിയുന്ന നാളം.'

പഴയ പന്തത്തിന്റെ വെളിച്ചവും പുതിയ ദീപനാളത്തിന്റെ വെളിച്ചവും ഒന്നുതന്നെ. വിപ്ലവകാരിയും കവിയും സ്വപ്നം കാണുന്നവരാണ്. മനുഷ്യ

സ്നേഹത്തിന്റെ അതിരുകളില്ലാത്ത സ്വാതന്ത്ര്യത്തിന്റെ പുതിയ പ്രകാശം തന്നെയാണ് ഇരുവരും കാണുന്ന സ്വപ്നം. 'വയലാർ ഗർജ്ജിക്കുന്നു' എഴുതിയ കാലത്ത് തന്റെ മനസ്സിൽ വിടർന്ന അഗ്നി കെട്ടടങ്ങിയിട്ടില്ലെന്നും പ്ലാസ്റ്റിക് പുഷ്പങ്ങളോടൊപ്പം ചെലവഴിക്കുന്ന സന്ദർഭങ്ങളിലും രക്ത പുഷ്പങ്ങളുടെ ഗന്ധം താൻ സ്മരിക്കുന്നുണ്ടെന്നും കവി സ്ഥാപിക്കുന്നു. 'ഒസ്യത്ത്' എന്ന കവിതയിലൂടെ

"കായൽക്കരയിലെ-
ക്കല്പകച്ഛായയിൽ
ചീയും ചകിരിയോടൊപ്പം
എന്റെയീ പാഴ്ത്തൊണ്ടു
ചീയട്ടെ, ബാക്കിയാ-
യെന്തു വന്നാലുമാ-
നാരുകൾ ഭാവിയിൽ
കാലം തുടയിൽ
തിരുമ്മിപ്പിരിച്ചൊരു
നൂലാക്കിടട്ടെ, കയറാക്കിടട്ടെയാ
ശക്തപാശത്തിനാൽ
കായലോരത്തിലെ-
ച്ചെറ്റമാടങ്ങളെ
കെട്ടിമേഞ്ഞീടുവാൻ
കല്പദ്രുമക്കുല
കെട്ടിനീർത്തീടുവാൻ
ഒസ്യത്തെഴുതട്ടെ
വീണ്ടുമെൻ തൂലിക"

അനന്യസുന്ദരങ്ങളായ പ്രണയഗാനങ്ങൾ രചിക്കുന്നതിനിടയിലും ശക്തിയാർന്ന വിപ്ലവഗാനങ്ങൾ രചിക്കാൻ സിനിമയെ പരിരംഭണം ചെയ്ത തിനുശേഷവും അദ്ദേഹത്തിനു കഴിഞ്ഞിട്ടുണ്ട് - "മൂലധനം" എന്ന ചല ച്ചിത്രത്തിനുവേണ്ടി അദ്ദേഹം രചിച്ച 'ഓരോ തുള്ളിച്ചോരയിൽനിന്നും ഒരായിരം പേരുയരുന്നു; ഉയരുന്നു അവർ നാടിൻമോചന രണാങ്കണത്തിൽ പടരുന്നു' എന്ന ഗാനം തന്നെയാണ് മികച്ച ദൃഷ്ടാന്തം.

സിനിമയുടെ തിരക്കിൽ ലയിച്ച് കാവ്യരചനയിൽ ശ്രദ്ധിക്കാതെ ഏതാനും വർഷം ചെലവഴിക്കേണ്ടിവന്നതിൽ പരിതപിച്ചുകൊണ്ട് പി. ഭാസ്കരൻ എന്ന

കവി ശക്തമായ തിരിച്ചുവരവ് നടത്തിയത് 'ഒറ്റക്കമ്പിയുള്ള തംബുരു' എന്ന ഖണ്ഡകാവ്യത്തിലൂടെയാണ്. ഈ കൃതിയെപ്പറ്റി പ്രശസ്ത നിരൂപകയായ ഡോ. എം. ലീലാവതി ഇപ്രകാരം പറയുന്നു.

പശ്ചാത്താപദഗ്ദ്ധനായ മുടിയനായ പുത്രൻ പെറ്റമ്മയുടെ മടിത്തട്ടിലേക്കു തിരിച്ചുവരുന്ന ചിത്രമാണ് ആ കാവ്യത്തിൽ കാണുന്നത്. ജന്മഭൂമി, ഗ്രാമീണ പ്രകൃതി, പെറ്റമ്മ ഇവയെല്ലാംകൂടി ഏകീഭവിച്ച ഒരു മാതൃസത്തയുടെ കാന്തശക്തിക്കുള്ള ദീപാരാധനയാണ് ആ കവിത. 'വയലാർ ഗർജ്ജിക്കുന്നു' മുതൽ 'ഒറ്റക്കമ്പിയുള്ള തംബുരു' വരെയുള്ള പി. ഭാസ്കരന്റെ കവിതകൾ ഒരു സത്യം വിളംബരം ചെയ്യുന്നുണ്ട്. അദ്ദേഹം മനുഷ്യസ്നേഹത്തിന്റെ പാട്ടുകാരനാണ്. മനുഷ്യത്വത്തോടും സ്വാതന്ത്ര്യത്തോടുമുള്ള സ്നേഹമാണ് അദ്ദേഹത്തെ വിപ്ലവകവിയാക്കിയത്. 'മർദ്ദിതർ', 'ഓടക്കുഴലും ലാത്തിയും', 'പ്രേതങ്ങളുടെ പാട്ട്' തുടങ്ങിയ കവിതകളിൽ കേട്ട കാരുണ്യത്തിന്റെ നാദം തന്നെയാണ് 'ഹിരോഷിമയിലെ അമ്മമാരിലും' രാഷ്ട്രീയത്തിലെ കള്ളനാണയങ്ങളെ വിമർശിക്കുന്ന 'നാട്ടുരാജാക്കന്മാരി'ലും അനുരണനം ചെയ്യുന്നത്. ഈ മർത്ത്യസ്നേഹത്തിന്റെ വികസ്വരഭാവം അമ്മി കൊത്തുന്ന ബാലന്റെ വ്യഥയിലേക്കും ഒരു നേരത്തെ ആഹാരത്തിനുവേണ്ടി കളിസ്ഥലത്ത് കപ്പലണ്ടി വില്ക്കുന്ന പെൺകുട്ടിയിലേക്കും ഭാരം ചുമക്കുന്ന കാളയിലേക്കും പിന്നെ വണ്ടിക്കാളകളായി മാറുന്ന മനുഷ്യരിലേക്കും പടരുന്ന കാഴ്ചയും കാണാം. അമ്മയെ കൊല്ലാൻ കോടാലിയുമായി നില്ക്കുന്ന മകനെ കാണുമ്പോൾ ആ അമ്മ തന്റെ നാടായ കേരളം തന്നെയാണെന്നു കവി അറിയുന്നു.

ഈ വിപ്ലവകാരിയുടെ പാട്ടുകളിൽ പ്രകടമാകുന്ന വൈരുദ്ധ്യഭാവങ്ങൾ കണ്ട് പരിഹസിക്കുന്നവരും പരിതപിക്കുന്നവരും കണ്ടേക്കാം - അവരോട് അമേരിക്കൻ കവിയായ വാൾട്ട് വിറ്റ്മാൻ പറഞ്ഞ വാക്കുകൾ തന്നെ ആവർത്തിച്ചു പറയാം. 'ഹൃദയത്തിന് ആഴിയുടെ ആഴവും പരപ്പുമുണ്ടെങ്കിൽ വൈരുദ്ധ്യങ്ങൾ ഉണ്ടായേപറ്റൂ.'

"അഭിപ്രായം ഇരുമ്പുലക്കയല്ല" എന്ന് മഹാനായ സി. വി. കുഞ്ഞുരാമൻ പറഞ്ഞതിന്റെ ഭാവാർത്ഥവും വേറൊന്നല്ല.

രണ്ട്

സത്യത്തിന്റെ സൂര്യൻ

'നളിനി' എന്ന കാവ്യനാടകവും 'ദേശീയഗാനമാലിക' എന്ന ഗാനസമാഹാരവും ഏതാനും കാവ്യസമാഹാരങ്ങളും രചിച്ച് പഴയ കൊച്ചി രാജ്യത്ത് പ്രശസ്തനായിത്തീർന്ന നന്തിയേലത്ത് പത്മനാഭമേനോന്റെ ഒൻപത് മക്കളിൽ ആറാമനായാണ് പി. ഭാസ്കരൻ ജനിച്ചത്. അമ്മാളുവമ്മ എന്നായിരുന്നു അമ്മയുടെ പേര്. കവിതയിലും സംഗീതത്തിലും രാഷ്ട്രീയത്തിലും പത്രപ്രവർത്തനത്തിലുമൊക്കെത്തന്നെ അമിതമായ താത്പര്യം പ്രകടിപ്പിച്ച സഹൃദയനായിരുന്നു നന്തിയേലത്ത് പത്മനാഭമേനോൻ. "എന്റെ കവിതയും പാട്ടും രാഷ്ട്രീയവും ദൃശ്യകലാപ്രണയവും എല്ലാം അച്ഛനിൽനിന്നു കിട്ടിയതാണ്. അദ്ദേഹത്തിന്റെ മകനായി ജനിച്ചില്ലായിരുന്നെങ്കിൽ ഞാനൊരിക്കലും ഇന്നത്തെ പി. ഭാസ്കരനാകുമായിരുന്നില്ല" എന്ന് അദ്ദേഹം ഈ ലേഖകനോടു തന്നെ പറഞ്ഞിട്ടുണ്ട്. ദീർഘകാലം അദ്ദേഹവുമായി നേരിട്ട് ഇടപഴകാൻ സാധിച്ചതുകൊണ്ട് അദ്ദേഹത്തിന്റെ കുടുംബത്തിന്റെ സാംസ്കാരിക പാരമ്പര്യത്തെപ്പറ്റി ശരിക്കും ഗ്രഹിക്കാൻ സാധിച്ചു.

മഹാകവി വള്ളത്തോൾ, നാലപ്പാട്ട് നാരായണമേനോൻ, കെ.പി.കേശവമേനോൻ, കെ. കേളപ്പൻ, സർദാർ കെ. എം. പണിക്കർ തുടങ്ങിയ പ്രതിഭാധനന്മാരുടെ അടുത്ത സുഹൃത്തായിരുന്നു നന്തിയേലത്ത് പത്മനാഭമേനോൻ. ഒമ്പതു വയസ്സു തികയുന്നതിനു മുമ്പുതന്നെ ഈ മഹാരഥന്മാരെ നേരിൽക്കാണാനും അവരുമായി പിതാവു നടത്തുന്ന ചർച്ചകൾക്കു സാക്ഷിയാകാനും പി. ഭാസ്കരനു ഭാഗ്യമുണ്ടായി. കൊടുങ്ങല്ലൂരിലെ കോൺഗ്രസ്സ് പ്രവർത്തകരുടെ നേതാവായിരുന്നു പത്മനാഭമേനോൻ. അങ്ങനെ നന്നേ കുട്ടിയായിരിക്കുമ്പോൾത്തന്നെ സ്വാതന്ത്ര്യത്തിനുവേണ്ടിയുള്ള പോരാട്ടത്തിന്റെ സംഘഗാനങ്ങൾ പി. ഭാസ്കരന്റെ കാതുകളിലും മനസ്സുകളിലും നിറഞ്ഞുനിന്നു.

മഹാകവി വള്ളത്തോളിനെയും ഇ.വി.കൃഷ്ണപിള്ളയെയുമൊക്കെ അച്ഛനോടൊപ്പം കാണാൻ അദ്ദേഹത്തിന് ബാല്യത്തിൽത്തന്നെ അവസരം ലഭിച്ചു. കവിതയെഴുതിത്തുടങ്ങിയ ആ മിടുക്കനായ കുട്ടിക്ക് "മഞ്ജരി" വൃത്തമെന്താണെന്നും ആ വൃത്തത്തിൽ എപ്രകാരം എഴുതണമെന്നും പഠിപ്പിച്ചുകൊടുത്തത് മഹാകവി വള്ളത്തോൾ ആയിരുന്നു. കൊച്ചി നിയമ സഭാംഗമായും, പാഠപുസ്തക സമിതിയംഗമായും പ്രവർത്തിച്ച വ്യക്തി കൂടിയാണ് നന്തിയേലത്ത് പത്മനാഭമേനോൻ. സംഗീതപ്രിയനായ അദ്ദേഹ ത്തിന് സ്വന്തമായി 'സ്വനഗ്രാഹി' (ഗ്രാമഫോൺ) ഉണ്ടായിരുന്നു. അക്കാ ലത്തെ പ്രശസ്ത ഗായകർ പാടിയ ഗാനങ്ങളുടെ റെക്കോർഡുകളും അദ്ദേഹം വാങ്ങി സൂക്ഷിച്ചിരുന്നു.

ആദ്യം കോഴിക്കോട്ടും പിന്നീട് കൊടുങ്ങല്ലൂരിലും അഭിഭാഷകനായി ജോലി നോക്കിയിരുന്നെങ്കിലും പത്മനാഭമേനോൻ രാഷ്ട്രീയപ്രവർത്തന ങ്ങൾക്കും കലാപ്രവർത്തനങ്ങൾക്കും വേണ്ടിയാണ് അധികസമയവും ചെലവഴിച്ചത്. ഭാഷാപോഷിണി, കവനകൗമുദി, ലക്ഷ്മീഭായി, രസിക രഞ്ജിനി തുടങ്ങിയ പ്രസിദ്ധീകരണങ്ങളിലും 'ദ ഇൻഡ്യൻ റിവ്യൂ', 'മോഡേൺ റിവ്യൂ'. 'ദ ഹിന്ദു' തുടങ്ങിയ ഇംഗ്ലീഷ് പ്രസിദ്ധീകരണങ്ങളിലും അക്കാലത്ത് നന്തിയേലത്ത് പത്മനാഭമേനോന്റെ രചനകൾ പ്രത്യക്ഷപ്പെട്ടി രുന്നു. സർദാർ കെ.എം. പണിക്കരുടെ പ്രേരണയിൽ കളത്തിൽ രാമൻ മേനോൻ എന്ന പുരോഗമനവാദിയുമായി കൂട്ടുചേർന്ന് കൊടുങ്ങല്ലൂരിൽനിന്ന് 'ഇന്ത്യൻ സ്റ്റേറ്റ്' എന്ന പേരിൽ ഒരു ഇംഗ്ലീഷ് പ്രസിദ്ധീകരണവും പത്മനാഭ മേനോൻ ആരംഭിക്കുകയുണ്ടായി - എന്നാൽ തികച്ചും സാഹസികമായ ആ സംരംഭം സ്വാഭാവികമായും പരാജയത്തിൽത്തന്നെ കലാശിച്ചു.

"1933-ൽ എനിക്ക് ഒൻപത് വയസ്സുള്ളപ്പോഴാണ് അച്ഛന് ക്ഷയരോഗം പിടിപെടുന്നത്. ഈറോഡിലെ ഒരാശുപത്രിയിൽ ചികിത്സയിലായിരുന്ന അദ്ദേഹം 1933 ഒക്ടോബർ 13-ാം തീയതി അവിടെ വച്ചുതന്നെ അന്ത്യയാത്ര ചൊല്ലി" - ഭാസ്കരൻ മാസ്റ്റർ പറഞ്ഞു.

അങ്ങനെ സമൃദ്ധിയുടെ ശുദ്ധസംഗീതത്തിൽനിന്ന് ദുരിതങ്ങളുടെ അപസ്വരങ്ങളിലേക്ക് കുടുംബം വഴുതിവീഴുമ്പോഴാണ് പി. ഭാസ്കരൻ എന്ന കവി കവിതയുമായി കൂടുതൽ അടുത്തതെന്നു പറയാം. അച്ഛൻ ഉപേക്ഷിച്ചു പോയ, പാരമ്പര്യത്തിന്റെ സൗന്ദര്യം നിറഞ്ഞുവിതുമ്പുന്ന പ്രതിഭയുടെ പൂന്തോപ്പ് മകന് സ്വന്തമായിത്തീർന്നു.

സ്കൂളിലെ കൈയെഴുത്തുമാസികയായ 'സാഹിത്യകുസുമ'ത്തിനു വേണ്ടിയാണ് പി. ഭാസ്കരൻ തന്റെ ആദ്യ കവിത രചിച്ചത്. ഏഴാം ക്ലാസ്സിൽ പഠിക്കുമ്പോൾ എഴുതിയ 'ചോറിന്റെ കൂറ്' എന്ന ചെറുകഥ മാതൃഭൂമി ആഴ്ച

പ്പതിപ്പിലെ ബാലപംക്തിയിൽ അച്ചടിച്ചു വന്നു. പിന്നെ തുടർച്ചയായി കവിതകൾ എഴുതാൻ തുടങ്ങി. പല കവിതകളും പ്രത്യക്ഷപ്പെട്ടത് മാതൃ ഭൂമിയിലെ ബാലപംക്തിയിൽത്തന്നെ. അച്ഛനെ അനുകരിച്ച് ഖദർ ധരിച്ച് സ്കൂളിൽ പോയിരുന്ന പി. ഭാസ്കരൻ ഇന്റർമീഡിയേറ്റിന് എറണാകുളം മഹാരാജാസ് കോളേജിൽ ചേർന്നതോടെ വിദ്യാർത്ഥി ഫെഡറേഷനിലേക്ക് ആകർഷിക്കപ്പെട്ടു. പിന്നീട് അദ്ദേഹം തികഞ്ഞ വിപ്ലവകാരിയായി മാറി. ഏറെക്കാലം ഒളിവിൽ കഴിഞ്ഞു. പാർട്ടിയുടെ രഹസ്യരേഖകൾ നേതാക്ക ന്മാർക്ക് കൈമാറുന്ന ദൂതനായിക്കഴിയുന്നതിനിടയിൽ പോലീസിന്റെ പിടിയിൽപെട്ട് ജയിലിലായി.

കോളേജിൽനിന്ന് പുറത്താക്കപ്പെട്ട അദ്ദേഹം ക്രമേണ സജീവരാഷ്ട്രീയ ത്തിന്റെ ഭാഗമായി. ഇക്കാലത്ത് പി. ഭാസ്കരനോടൊപ്പം സി. അച്യുത മേനോൻ, ഇക്കണ്ടവാര്യർ, കെ. കരുണാകരൻ, ചൊവ്വര പരമേശ്വരൻ, ജോർജ് ചടയൻമുറി, ആർ. എം. മനയ്ക്കലാത്ത് തുടങ്ങിയവരും ജയിലിലു ണ്ടായിരുന്നു. ജോർജ് ചടയൻമുറി എന്ന ആദർശസമ്പന്നനായ കമ്മ്യൂ ണിസ്റ്റുകാരനുമായി പി. ഭാസ്കരൻ ഹൃദയംകൊണ്ട് ഏറെ അടുത്തത് ഈ തടവറവാസക്കാലത്താണ്. തൂലികാചിത്രങ്ങൾക്ക് മനോഹരമായ കാവ്യ ഭാഷ ചമയ്ക്കുന്ന കാര്യത്തിൽ അസാമാന്യമായ പാടവം പ്രദർശിപ്പിച്ചിട്ടുള്ള ഭാസ്കരൻ മാസ്റ്ററുടെ ശ്രദ്ധേയമായ കവിതകളിലൊന്നാണ് 'ജോർജ് ചട യൻമുറി' എന്ന കവിത.

'ചെറുപ്പകാലത്തെന്നുടെ വഴികളിൽ മുന്നിൽ നടന്നൊരു ചടയൻ' വിട്ടുവീഴ്ചകളിൽ വിശ്വസിക്കാത്ത വിപ്ലവകാരിയായിരുന്നു എന്ന് കവി പറയുന്നു. തന്നെ കമ്മ്യൂണിസത്തിന്റെ പാതയിലേക്ക് പിടിച്ചിറക്കിയവരിൽ പ്രധാനി ആ ചങ്ങാതിയായിരുന്നു എന്നും കവി ഭംഗ്യന്തരേണ സൂചിപ്പിക്കു ന്നുണ്ട് ഈ കവിതയിൽ.

യുവത്വസമയം പൂവേണികളുടെ
പുറകിൽ നടക്കും സമയം
കളിച്ചു ക്ലാസ്സിൽ ബഹളം വച്ചിടു-
മുന്മേഷത്തിൻ പ്രായം.
വിളിച്ചിറക്കി രഹസ്യമായൊരു
ദീർഘശരീരൻ ചൊല്ലീ
'മനുഷ്യജീവിതമിങ്ങനെ പോക്കി-
യിരുന്നാലെന്തതിനർത്ഥം?

അടിമത്തത്തിൻ ചങ്ങല വെട്ടി-
പ്പൊട്ടിക്കാനും നാട്ടിൽ-
പ്പുതിയൊരു മനുജനെയുണ്ടാക്കാനും
വരുന്നുവോ താൻ കൂടെ?
മനുഷ്യസുന്ദര സമത്വസുന്ദര-
സൗധം തീർന്നിടുമടരിൽ
മരിക്കുവാനും കൂടിയൊരുങ്ങി-
യിറങ്ങിവരുന്നോ കൂടെ ?

-കൈയിലിരുന്ന പുസ്തകം ദൂരെയെറിഞ്ഞ് കവി സഖാവിനോടൊപ്പം ഇറങ്ങി. പഴയ പാഠത്തിന്റെ സ്ഥാനത്ത് പുതിയൊരു ഗ്രന്ഥം - കാറൽ മാർക്സിന്റെ 'മൂലധനം'. വീടു വെടിഞ്ഞു. ഉറ്റവരെയുപേക്ഷിച്ചു. പതിവായി വിശപ്പു തിന്നു നനഞ്ഞ കണ്ണുമായി വീട്ടിലുള്ളവർ കാത്തിരുന്നു. നിരാശയടഞ്ഞ ദിവസങ്ങളിൽ കവി ചെരുപ്പുവാങ്ങാൻ കാശില്ലാതെ പൊള്ളുന്ന കാലുമായി എരിവെയിലിൽ നടന്നു. കിടക്കാനൊരു പായില്ലാതെ ലോക്കപ്പ് മുറികളിൽ കഴിഞ്ഞു.

സ്മരിച്ചിടുന്നു, ചടയൻമുറിയുടെ
കൂടെപ്പണ്ടൊരു നാളിൽ
ഇരുട്ടുമൂടിയ രാവിൽ, ഷെൽട്ടറിൽ
വഴികാണിക്കാനായി
നടന്നുപോയൊരു കഥ ഞാൻ-നാഴിക-
യേഴെട്ടുണ്ടു നടക്കാൻ
ഇരുന്നുപോയി വഴിയിൽ, നിദ്രയി-
ലിമകൾ പാതിയടഞ്ഞു.
വിശന്ന വയറും വിയർത്ത തനുവും
കീറിയ ഷർട്ടും മുണ്ടും
അടുത്ത റോഡിൽ 'ഐഡികൾ'
സൈക്കിളിൽ ചടയൻ ചൊല്ലി മെല്ലെ:
'തനിക്കുറങ്ങണമെങ്കിലുറങ്ങു
താനേ ഞാൻ പൊയ്ക്കോളാം
പിടിക്കയാണെങ്കിൽ വിവരം
'ഡീസി'യിലറിയിച്ചേക്കു..."

ജോർജ് ചടയൻമുറിയെപ്പോലെയുള്ള ധീരസഖാക്കൾ തങ്ങൾ നടക്കുന്ന വഴികളെക്കുറിച്ച് ശങ്കിക്കാത്തവരായിരുന്നു. അവർ ചകിരിക്കുഴിയുടെ കരകൾതോറും 'നിഖിലസമുജ്ജ്വല സമൂഹമുണരും സൗഗന്ധിക സുമവാടം' സ്വപ്നം കണ്ടു നടന്നവരാണ്. അന്നത്തെ ഇരുൾവഴികളിൽ ഇന്ന് വെളിച്ചത്തിന്റെ ഉത്സവമാണ്. റോഡുകൾക്ക് വീതികൂടി. വലിയ വലിയ കാറുകളും ബസ്സുകളും പാഞ്ഞുപോകുന്ന ആ വഴിയിൽ യാത്രക്കാരുടെ എണ്ണവും വർദ്ധിച്ചു.

യാത്രക്കാരുടെ നിലയും വിലയും
കേറി, കാലം മാറി.
എങ്കിലുമാവഴിയോർക്കുമ്പോളെൻ
കൺമുന്നിൽത്തെളിയുന്നു
പണ്ടാച്ചരലിൽ ചടയന്മുറിമാർ
കാൽനടപോകും രൂപം.
കാറിൽ ചാരിയിരുന്നു ഗമിക്കും
നേരവുമെന്നുടെ കണ്ണിൽ
ക്കാണും ഞാൻ ചടയന്മുറിമാർ
കൈവണ്ടിവലിക്കും കാഴ്ച
കനത്ത ശബ്ദം കാതിലലയ്ക്കും
ചടയന്മാരുടെ ശബ്ദം
'തനിക്കുറങ്ങണമെങ്കിലുറങ്ങൂ
ഞങ്ങൾ തനിയെപ്പോകാം'

കർമ്മനിരതനായ, ധർമ്മനിരതനായ വിപ്ലവകാരിയായി ജീവിച്ചുമരിച്ച ജോർജ് ചടയന്മുറിയെ സ്മരിക്കുമ്പോൾ കവിയുടെ കണ്ണുകൾ നനയുന്നു. ദുസ്സഹമായ ദുഃഖം ഉള്ളിലൊതുക്കുന്നു. ഗദ്ഗദമടക്കുന്നു. കാരണമുണ്ട് - തിരിച്ചുവന്ന് ജോർജ് ചടയന്മുറി കവി കരയുന്നതുകണ്ടാൽ ഇപ്രകാരം പറയും.

"കണ്ണീർ ബൂർഷ്വാസികളുടെ മാർഗ്ഗം"

'വയലാർ ഗർജ്ജിക്കുന്നു' എഴുതിയ വിപ്ലവകാരി ഇപ്രകാരം സത്യസന്ധനായ ഒരു വിമർശകനായി മാറുന്ന കാഴ്ച പി. ഭാസ്കരന്റെ 'വീണ്ട കാലടികൾ', 'മുഖത്തോടു മുഖം', 'ഉണങ്ങാനിട്ട വസ്ത്രങ്ങൾ', തുടങ്ങിയ കവിതകളിലും ദർശിക്കാം. ഈ വിഭാഗത്തിൽപ്പെട്ട ഏറ്റവും മികച്ച കവിതയാണ് "ചെങ്കാളിയപ്പൻ". 'പണ്ടെന്റെ സ്വപ്നത്തിൻ പങ്കാളിയായും കൂടെ നിന്നിരുന്ന ചെങ്കാളിയപ്പൻ ഇന്നെവിടെ' എന്ന് കവി അന്വേഷിക്കുന്നു.

"മുപ്പത്തിയഞ്ചാണ്ടുമുമ്പീ മലനാട്ടിൽ
മുണ്ടുനെയ്യുന്നൊരു മില്ലിന്റെ മുമ്പിൽ
കണ്ടു ഞാൻ കൈയിൽ കൊടിയുമായ് നീങ്ങുന്ന
ചെങ്കാളിയപ്പനെ, ചെന്തീക്കനലിനെ!
മാറിൽ നിന്നു ചോര ലാവയായ് വീഴുന്ന
നീറിപ്പുകയുന്നൊരാഗ്നേയശൈല
ശൃംഗത്തിനെ,
വിപ്ലവനിർത്ധരീധാരയെ"

പണ്ട്, നാട്ടുരാജാവിന്റെ നീതിപാലകരായ വേട്ടമൃഗങ്ങൾക്കു മുമ്പിൽ വ്യാഘ്രനഖംകൊണ്ട് കീറിയ നെഞ്ചുമായി – ചെങ്കാളിയപ്പൻ നില്ക്കുന്നത് കവി കണ്ടു.

ഇന്ന് ആ കാളിയപ്പൻ എവിടെയാണ്? എന്തു ചെയ്യുന്നു? കവിയുടെ ഈ അന്വേഷണം നമ്മുടെ രാഷ്ട്രീയത്തിലെ മൂല്യശോഷണത്തിലേക്ക് ക്രൂരമെന്നുതന്നെ പറയാവുന്ന നർമ്മബോധത്തോടെ – കറുത്ത ഹാസ്യത്തിലൂടെ – കടന്നുചെല്ലുന്നു.

കാളി മരിച്ചോ കറുത്ത ശരീരത്തെ
ആറടിമണ്ണു വിഴുങ്ങിക്കഴിഞ്ഞുവോ?
ഏതോ ജനപദസീമയിൽ, കൂരയിൽ
കാളിയിപ്പോഴും മരിച്ചുജീവിപ്പിതോ?
ഏതോ തെരുവിൽ വിദേശവസ്തുക്കളെ-
യേറുമാടക്കടയിങ്കൽ വില്ക്കുന്നുവോ?
പല്ലുകൾ പോയി സട പോയിയിന്നവൻ
ദില്ലിയിലെങ്ങാനുമുണ്ടോ, പൊടുന്നനെ
പാർലമെന്റംഗമായ് പോയോ?
എമ്മല്ലേയായിത്തലസ്ഥാനവീഥിയിൽ
ധർണയുദ്ഘാടനം ചെയ്യുന്നതുണ്ടോ
വീടുപണിഞ്ഞതിൻഗേറ്റു, മുതലാളി
സംഭാവനയായച്ചതു വയ്ക്കുവാൻ
പെർമിറ്റുകിട്ടാൻ, സിമന്റു കിട്ടാൻവേണ്ടി
ധർമ്മസമരം നടത്തുകയാകുമോ?

കവിയുടെ ചെങ്കാളിയപ്പസംശയങ്ങൾ അവസാനിക്കുന്നില്ല അവൻ കാഷായവസ്ത്രധാരിയായി കാശിയിലോ ഹൃഷികേശത്തിലോ കഴിയുന്നുണ്ടാവുമോ? അതോ, അവൻ ചീത്ത സിനിമയ്ക്കു പാട്ടെഴുതുകയാണോ?

ഒരുപക്ഷേ, നാട്ടിൻപുറത്തെ കടത്തിണ്ണയിൽ മദ്യപിച്ചു ബോധംകെട്ടു കിടക്കുകയായിരിക്കുമോ?

'ഇപ്പോഴുമെൻ കാളി ഹുണ്ടികപ്പെട്ടിയും
നീട്ടിപ്പിടിച്ചു നിരത്തുവക്കിൽക്കൂടി
വാഗ്ദത്തഭൂമിയും തേടി, വടിയൂന്നി
വേച്ചുനടക്കുന്നതുണ്ടോ?
പാർട്ടി പിളർന്നുള്ളൊരാവേശ ധാരയിൽ
നാട്ടിൻപുറങ്ങളിലൂടെ
പുത്തനാം താളത്തിൽ നീട്ടിവലിച്ചവ-
നിങ്ങനെ ഗർജ്ജിപ്പതുണ്ടോ?
ഇരിക്കൂർപ്പുഴയിൽ, തിരഞ്ഞെടുപ്പിൽ
ചേലാട്ടച്ചൂനെ ചവിട്ടിമുക്കി
ഈയെമ്മെസ്സേ, ബ് ബെ ബ് ബെ ബ് ബേ
ഇല്ലം കണ്ടു മരിക്കൂലാ-"
ഇങ്ങനെ പാടി നവമായ വിപ്ലവ-
സംഗീതധാരയൊഴുക്കുകയാവുമോ?
മന്ത്രികൾ മാറുമ്പോൾ തന്ത്രങ്ങൾ മാറ്റുന്ന
യന്ത്രത്തിന്നംശമായ്, നട്ടായി, ബോൾട്ടായി
ഹർത്താൽ നടത്തിച്ചു ഗർഭിണിമാർപോകും
ബസ്സിനു കല്ലെറിയുന്നുവോ, പിന്നീട്
പെട്രോളൊഴിച്ചതു കൊള്ളിവയ്ക്കുന്നുവോ,
ശുദ്ധനാമെൻ കാളിയപ്പൻ"

ഒടുവിൽ കവി ചോദ്യങ്ങൾക്ക് സ്വയം ഉത്തരം കണ്ടെത്തുന്നു. തന്റെ ചെങ്കാളിയപ്പന് മോചനമില്ല.

ഭൂമിയിൽ മനുഷ്യർ നടത്തുന്ന പരസ്പര ചൂഷണത്തിന്റെ മത്സരയുദ്ധ ച്ചതുരംഗക്കളത്തിൽ ആനയും തേരും കുതിരയും ദേവനും റാണിയും വട്ടമിടുമ്പോൾ കാലാൾനിരയിലൊരുവനായി കാളിയപ്പൻ പുനർജ്ജന്മമെടുക്കുന്നു. ചാവേറുകൾക്ക്, രാഷ്ട്രീയത്തിലും, നേതാക്കൾക്കുവേണ്ടി സ്വയം ബലിയർപ്പിക്കലാണല്ലോ ജോലി.

–"ചെങ്കാളിയപ്പൻ" എന്ന കവിതയെഴുതിയതുകൊണ്ട് 'വയലാർ ഗർജ്ജിക്കുന്നു' എഴുതിയ കവി വിപ്ലവത്തോടു വിടപറഞ്ഞ് ബൂർഷ്വാസികളോടൊപ്പം ചേർന്നു എന്നു പറയാനാവുമോ? കമ്മ്യൂണിസ്റ്റു പാർട്ടിയിലെ

അംഗത്വം 1949 –ലെ കൊല്ലം പുരോഗമനസാഹിത്യസമ്മേളനത്തിനുശേഷം അദ്ദേഹം പുതുക്കുകയുണ്ടായില്ല എന്നതു സത്യമാണ്. പ്രസ്തുത സമ്മേളനത്തിൽ വച്ച് ഇ.എം.എസ്. നമ്പൂതിരിപ്പാടുമായി അദ്ദേഹം നടത്തിയ സംവാദവും അതിനെത്തുടർന്ന് പാർട്ടിയണികളിലുണ്ടായ വിമർശനങ്ങളും മറ്റും അതിന്റെ പിന്നിലുണ്ടായിരിക്കാം.

'ഞാനിറങ്ങിനടക്കയായേകൻ
കാൽനടയായെൻ ദീർഘപഥത്തിൽ'

എന്ന് അദ്ദേഹം പാടിയത് ഈ കാലഘട്ടത്തിനുശേഷമാണല്ലോ.

'ചെങ്കാളിയപ്പൻ' എന്ന കവിതയിലും 'ഒസ്യത്ത്', 'ഒരേ വെളിച്ചം' എന്നീ കവിതകളിലും നന്മയെ സ്നേഹിക്കുന്ന അദ്ധ്വാനിക്കുന്ന, വർഗ്ഗത്തിന്റെ ഉന്നമനം മാത്രം സ്വപ്നം കാണുന്ന ഒരു യഥാർത്ഥ വിപ്ലവകാരിയുടെ മനസ്സുതന്നെയാണ് തെളിയുന്നത്. പ്രശസ്ത നിരൂപകനായ പ്രൊഫ. എം. കൃഷ്ണൻ നായർ പറഞ്ഞിട്ടുള്ളതു ശ്രദ്ധിക്കുക:

"– തിന്മയാർന്ന ലോകത്തെ ഇല്ലാതാക്കി. അതിന്റെ സ്ഥാനത്ത് നന്മയാർന്ന ലോകത്തെ പ്രതിഷ്ഠിക്കുക എന്ന കേന്ദ്രസ്ഥിതമായ ആശയത്തിൽ നിന്ന് ഈ കവി ഒരിക്കലും മാറിയിട്ടില്ല."

അദ്ദേഹം തുടർന്നിങ്ങനെ എഴുതുന്നു

"ജീവിതമെന്ന ആ തടാകം നോക്കൂ. കണ്ണാടിപോലെ അതു നിർമ്മലമാണ്. തിളക്കമാർന്നതാണ്. സത്യത്തിന്റെ സൂര്യൻ അതിനുമുകളിൽ പ്രകാശിക്കുന്നു. ആ തടാകത്തിൽനിന്നു മെല്ലെ വീശുന്ന കാറ്റാണ് ഭാസ്കരന്റെ കവിത".

മൂന്ന്

വിപ്ലവവും പ്രണയവും

വിപ്ലവകവിതകളിൽനിന്ന് 'സത്രത്തിലെ ഒരു രാത്രി', 'സൈഗാൾ ഞാന ങ്ങയെ സ്നേഹിക്കുന്നു' തുടങ്ങിയ കവിതകളിലേക്കുള്ള മാറ്റം പി. ഭാസ്ക രൻ എന്ന കവിയിലുണ്ടായ മാനസിക സംഘട്ടനത്തിന്റെ തീവ്രതയെയാണ് കാണിക്കുന്നത്. ഒരു പടയാളി തന്റെ യാത്രാമദ്ധ്യേ ഒരു വഴിയമ്പലത്തിലെ ത്തിച്ചേരുന്നു.

പൊടിയാലടിമുടി മൂടിയിരുന്നു
ഭടനുടെ കോമള യുവഗാത്രം
ഏതോ ഭീകരദുഃഖഭരത്താൽ
പാതികരിഞ്ഞൊരുമൊട്ടുകൾ പോൽ
വാടിയിരുന്നു തപ്തസ്മരണകൾ
ചൂടിയ ഭടനുടെ യുവനേത്രം.

ചിറകുകൊഴിഞ്ഞ കിനാവുകളുടെ ചിതയായി മാറിയ ഹൃദയവുമായി സത്രത്തിൽ പ്രവേശിച്ച ഭടൻ നടനത്തിന്നായി കെട്ടിയൊരുക്കിയ നയന വിമോഹനവേദിയിൽ സദിരും നൃത്തവും നടക്കുന്നതു താത്പര്യപൂർവ്വം ശ്രദ്ധിക്കുന്നു. പിന്നീട് അവൻ തന്റെ ഓടക്കുഴലെടുക്കുകയായി. അവിടെ നൃത്തംചെയ്യുന്ന നടിയുടെ അംഗചലനങ്ങൾക്കൊപ്പിച്ച് അവൻ ഗാനമാലപി ക്കാൻ തുടങ്ങി. സത്രത്തിലെ അന്തേവാസികൾ ആ സംഗീതാർദ്രമായ മരീചികയിൽ മയങ്ങി.

'അവനുടെ പാട്ടിലലിഞ്ഞുനർത്തകി-
യരുവിയിലാമ്പൽക്കൊടിപോലെ'

അങ്ങനെ ഗായകനും നർത്തകിയും കണ്ടും കേട്ടും മതിമറന്ന ആരാധ കരും രാഗതാളലഹരിയിൽ ഒന്നായിത്തീർന്ന ആ രാത്രി കഴിഞ്ഞു. പ്രഭാതം

പൊട്ടിവിടർന്നപ്പോൾ മറ്റെല്ലാവരെയും പോലെ അവശേഷിച്ച ഓർമ്മകൾ അയവിറക്കി ഭടനും സത്രത്തിന്റെ പടിയിറങ്ങുന്നു. കൈയിൽ തോക്കും ഭാണ്ഡത്തിൽ പുല്ലാങ്കുഴലുമായി നടന്നകലുന്ന ആ പടയാളി കവിയുടെ പ്രതീകം തന്നെയല്ലേ? 1950-ൽ പുറത്തുവന്ന 'സത്രത്തിലെ ഒരു രാത്രി' എന്ന കവിതാസമാഹാരത്തിന് അവതാരികയെഴുതിയ എം. ഗോവിന്ദൻ ഇങ്ങനെ പറയുന്നു:

"സ്വഹൃദയത്തിലെ വൈകാരികവും വൈചാരികവുമായ സംഘട്ടനത്തെ നിയന്ത്രിക്കാൻ കവി ബോധപൂർവ്വം പരിശ്രമിച്ചിട്ടുണ്ടെന്ന് കവിതകളിൽ നിന്നു തന്നെ വ്യക്തമാവുന്നുണ്ട്."

'പുതിയ തലമുറയുടെ മഹാകവി' എന്നാണ് എം. ഗോവിന്ദൻ പി. ഭാസ്കരനെ വിശേഷിപ്പിച്ചത്. 'പ്രായം നോക്കിയല്ല, സാഹിത്യത്തെ മാത്രം മാനദണ്ഡമാക്കിയിട്ടാണ് ഈ പ്രസ്താവന' എന്നും അദ്ദേഹം കൂട്ടിച്ചേർക്കുന്നു. ആ സമയത്ത് പി. ഭാസ്കരൻ എന്ന കവിക്ക് ഇരുപത്തിയാറു വയസ്സായിരുന്നു പ്രായം എന്നോർക്കുക. "ഒരു മുന്തിയ കവിയാവുക എന്നുവച്ചാൽ ത്തന്നെ അതിൽ അസാധാരണത്വമുണ്ട്. അതിനും പുറമേ വിദഗ്ദ്ധനായ നടനും നല്ല ഗായകനും കൂടിയാവുമ്പോഴോ? ഇവിടെയാണ് ഭാസ്കരൻ മറ്റെല്ലാവരെയും കവച്ചു വയ്ക്കുന്നത്." എം. ഗോവിന്ദൻ പറയുന്നു.

പുരാതന സംസ്കാരത്തിന്റെ അവശിഷ്ടങ്ങളിൽ കിരാതത്വവും മനുഷ്യത്വത്തിന്റെ മഹത്ത്വവും മാറി മാറി ദർശിക്കുന്ന, കവി ഭാവിയിൽ 'മ്യൂസിയത്തിൽ അണുബോംബും ജങ്കർവിമാനവും ചരിത്രവസ്തുക്കളായി പ്രദർശിപ്പിക്കപ്പെട്ടേക്കാം എന്നു വിചാരിക്കുന്നു', മ്യൂസിയം എന്ന കവിതയിൽ.

"പണ്ടത്തെ മർത്ത്യർ പരസ്പരം കൊല്ലുവാൻ
കണ്ടുപിടിച്ച പരമാണുബോംബിനെ
അദ്ഭുതഹാസങ്ങൾ മുറ്റും മിഴികളാലല്പനേരം
നിന്നു നോക്കുന്നു കാണികൾ
ഉത്ക്കണ്ഠയോടെ...
പഠിക്കുന്നു പണ്ടത്തെ-
യക്കിരാതർക്കെഴും നേട്ടവും കോട്ടവും..."

ഭാവിതലമുറ അണുബോംബും ജങ്കർവിമാനവും സൃഷ്ടിച്ച പഴയ തലമുറയെ അദ്ഭുതത്തോടും പരിഹാസത്തോടും കൂടി നോക്കിക്കാണുമെന്നു കവി കരുതുന്നു. അണുബോംബു സൃഷ്ടിക്കുന്ന മനുഷ്യന്റെ കിരാതത്വം കണ്ട് നടുങ്ങുകയും പുല്ലാങ്കുഴലിലൂറുന്ന ഗാനമധുരിമയിലും കല്ലിൽ നിന്നു ബുദ്ധന്റെ മുഖം കൊത്തിയെടുക്കുന്ന ശില്പിയുടെ കലാചാരുതയിലും

ഭ്രമിച്ചുപോവുകയും ചെയ്യുന്നവനാണ് യഥാർത്ഥ കവി എന്ന് പി. ഭാസ്കരൻ തിരിച്ചറിയുന്നു. യുദ്ധം ചെയ്യാനല്ല, സ്നേഹിക്കാനാണ് കവി ആഹ്വാനം ചെയ്യേണ്ടതെന്നും അദ്ദേഹം മനസ്സിലാക്കുന്നു. പിൽക്കാലത്ത് പല കവിത കളിലൂടെയും ഈ സന്ദേശം കവി പകർന്നു നൽകിയിട്ടുണ്ട്.

"എനിക്കു വേണ്ടതു പാപം, ദുഃഖം
സ്വേദം, ബാഷ്പകണം
അനന്തജീവൽ സ്പന്ദം
പൊട്ടിച്ചിരിയുടെ മണിനാദം
കവലയിലെന്നുടെ വാഗ്ദാനത്താൽ
ചൂതുകളിച്ചപ്പോൾ
കനിഞ്ഞു നിങ്ങൾ നൽകിയ മാലകൾ
കണ്ഠത്തിൽ ഞാത്തി
വിമാനയാത്രാരേഖയുമായി
ച്ചുറ്റില്ലിനിമേൽ ഞാൻ
വലിച്ചുകീറിക്കളഞ്ഞു ഞാനെൻ
മാലയുമാച്ചീട്ടും- "

എന്ന് അദ്ദേഹം എഴുതിയത് വളരെ വർഷങ്ങൾക്കു ശേഷമാണ്. (കവിത : എനിക്കു വേണ്ടത്)

-അമ്പതുകളുടെ ആരംഭത്തിലാണ് പി. ഭാസ്കരൻ ഏറ്റവും മികച്ച പ്രണയകവിതകൾ രചിക്കാൻ തുടങ്ങിയത്. വിപ്ലവകാരി പ്രണയത്തെപ്പറ്റി പാടുന്നത് നീതീകരിക്കാനാവാത്ത തെറ്റാണെന്നു വിശ്വസിച്ച ചില നേതാക്കന്മാർ കവിക്കെതിരെ തിരിഞ്ഞതും ഇക്കാലത്താണ്. അദ്ദേഹം ഗാന രചനയിലേക്കും സിനിമാ സംവിധാനത്തിലേക്കും നീങ്ങിയതോടെ എതിർപ്പു രൂക്ഷമാവുകയും ചെയ്തു. മാവോസേതുങ്ങും നെരൂദയുമൊക്കെ പ്രണയിച്ച വരും പ്രണയത്തെപ്പറ്റി കവിതയെഴുതിയവരുമല്ലേ-?

ഉദ്ബോധനവും അനുഭൂതി പകരലും കവിതയുടെ രണ്ടു ലക്ഷ്യങ്ങളാണ്. തീവ്രവികാരശീലരും ചിന്താശീലരുമായ കവികൾക്ക് ഈ രണ്ടു ലക്ഷ്യ ങ്ങളെയും സാക്ഷാത്കരിക്കാൻ സാധിക്കും. കവിയുടെ അനുഭവങ്ങളിൽ നിന്ന് പകർത്തപ്പെടുന്ന ആശയങ്ങൾ പെട്ടെന്ന് അനുവാചകരിൽ എത്തിച്ചേരും. അനുഭവിക്കാത്ത ആശയങ്ങൾ വിഷയങ്ങളാക്കുമ്പോ ഴാണ് കവിതയുടെ ചാരുത നഷ്ടമാകുന്നത്. പി. ഭാസ്കരന്റെ ഭൂരിപക്ഷം കവിതകളും - വിഷയം വിപ്ലവമായാലും പ്രണയമായാലും - സ്വന്തം അനു ഭവങ്ങളിൽനിന്നു വിടർന്നവയാണ്. 'ഓർക്കുക വല്ലപ്പോഴും' പോലെയുള്ള

കവിതകൾ അനശ്വരങ്ങളായി നിലനിൽക്കുന്നതും അതുകൊണ്ടാണ്. - വിപ്ലവത്തിൽ നിന്ന് പ്രണയത്തിലേക്കും നഷ്ടസ്വർഗ്ഗവിലാപങ്ങളിലേക്കും ഭാസ്കരഭാവന പരിവർത്തനം നടത്തിയപ്പോൾ കവി ചങ്ങമ്പുഴയെ അനുകരിക്കുന്നു എന്ന അഭിപ്രായവും ഉയർന്നിരുന്നു. എന്നാൽ ഈ വാദം ശരിയല്ലെന്ന് ഉറൂബ് എന്ന പി.സി.കുട്ടിക്കൃഷ്ണൻ സമർത്ഥിക്കുന്നു.

"ചങ്ങമ്പുഴയുടെയും ഭാസ്കരന്റെയും അടിസ്ഥാന ഭാവം ശോകമാണ്. ആത്മപീഡനേച്ഛയും നൈമിഷികവികാരങ്ങളിൽ ആണ്ടു മുങ്ങലും രണ്ടു പേർക്കുമുണ്ട്. ലളിത വികാരങ്ങളുടെ നേർക്കുള്ള അടങ്ങാത്ത ആവേശവും തുല്യമാണ്. എന്നാൽ ചങ്ങമ്പുഴയ്ക്കുള്ളത്ര വർണ്ണശബളത ഭാസ്കരനിലില്ല.

നേർമ്മച്ചായങ്ങളുപയോഗിക്കാനാണ് ഇദ്ദേഹത്തിനിഷ്ടം. ചങ്ങമ്പുഴ വാചാലനാണ്. വാഗ്മിയല്ല. ഒരന്തരീക്ഷത്തെ വർണ്ണിക്കുമ്പോൾ പറഞ്ഞാലൊടുങ്ങുന്നില്ലല്ലോ എന്ന് വ്യസനിക്കുന്നതുപോലെ തോന്നും. ഭാസ്കരനാകട്ടെ അന്തരീക്ഷത്തെ ധ്വനിപ്പിച്ചു കാണിക്കാനാണ് യത്നിക്കുന്നത്. നമ്മുടെ ഹൃദയത്തെ ആഴ്ത്തിമുക്കും വിധം ചറുപിറുന്നനെ വീഴുന്ന കണ്ണീർ കണങ്ങളാണ് ചങ്ങമ്പുഴ; ഭാസ്കരൻ നിറഞ്ഞുതുളുമ്പി നിൽക്കുന്ന കണ്ണുകളാണ്........ ചങ്ങമ്പുഴയുടെ ഏകാന്തതപോലും ശബ്ദായമാനമാണ്. ഭാസ്കരന്റെ ബഹുജനറാലി പോലും ഏകാന്തരോദനമാണ്. ഒരു എഴുത്താണി ത്തലപ്പു പോലെ ഹൃദയത്തിലേക്ക് ആഴ്ന്നാഴ്ന്നു പോകുന്ന രോദനം."

മലയാളത്തിലെ ഏറ്റവും ചേതോഹരമായ പ്രേമകവിതയായി അംഗീകരിക്കപ്പെട്ടിട്ടുള്ള 'ഓർക്കുക വല്ലപ്പോഴും' വായിച്ചാൽ കാവ്യസങ്കല്പങ്ങളിലൂയലാടുന്ന ഏതൊരു ഹൃദയവും മേല്പറഞ്ഞ അഭിപ്രായത്തോടു യോജിക്കാതിരിക്കയില്ല. പ്രണയത്തിന്റെ അക്ഷയഖനിയായ ഒരു ഹൃദയവും നിറഞ്ഞു തുളുമ്പുന്ന രണ്ടു കണ്ണുകളും ആ കണ്ണുകളിൽ ജ്വലിക്കുന്ന നന്മയുടെ പ്രകാശവുമാണ് 'ഓർക്കുക വല്ലപ്പോഴും' എന്ന കവിതയിൽ വിദലിതമാകുന്നത്. മൗനത്തിന്റെ നേർത്ത പട്ടുനൂൽ ചിതറിയുണ്ടായ വാക്കുകളാൽ സഖിക്ക് യാത്രാമൊഴിയരുളുന്ന കവിയുടെ വിചാരധാരകൾ ഏതെല്ലാം ദിശകളിലേക്കൊഴുകുന്നു! എത്രയെത്ര കാവ്യബിംബങ്ങൾ ഉണർന്നുയരുന്നു. പ്രണയനൈരാശ്യമനുഭവിച്ചിട്ടുള്ള എല്ലാ മലയാളികളുടെയും ഇഷ്ടവേദമായി മാറിക്കഴിഞ്ഞിരിക്കുന്നു ഈ ഉദാത്തകാവ്യം.

"ആയിരം വികാരങ്ങ-
ളായിരം സങ്കല്പങ്ങ-
ളായിരം വ്യാമോഹങ്ങ-
ളിവയിൽ മുങ്ങിത്തപ്പി

പണ്ടത്തെക്കളിത്തോഴൻ
കാഴ്ചവയ്ക്കുന്നു മുന്നിൽ
രണ്ടു വാക്കുകൾ മാത്രം.
ഓർക്കുക വല്ലപ്പോഴും".

ഈ വരികൾ കാണാതെ പഠിക്കാത്ത കാവ്യോപാസകർ കേരളക്കരയിലുണ്ടാകുമെന്നു തോന്നുന്നില്ല. മറവി മനുഷ്യനൊരനുഗ്രഹമാണ്. മറവിയിലൂടെയാണ് ജീവിത നദി സുഗമമായി മുന്നോട്ടൊഴുകുന്നത്. എങ്കിലും മനുഷ്യൻ ഇടയ്ക്കെങ്കിലും ഓർമ്മകളെ താലോലിക്കുന്നു. ചിലപ്പോൾ സ്മരണകൾ പേമാരിയാകുന്നു. മറ്റു ചിലപ്പോൾ അഗ്നിയാകുന്നു.

"മരിക്കും സ്മൃതികളിൽ
ജീവിച്ചുപോരും ലോകം
മറക്കാൻ പഠിച്ചതു നേട്ടമാണെന്നാകിലും
ഹസിക്കും പൂക്കൾ കൊഴി
ഞ്ഞില്ലെങ്കിലൊരുനാളും
വസന്തം വസുധയിൽ
വന്നിറങ്ങില്ലെന്നാലും
വ്യർത്ഥമായാവർത്തിപ്പു
വ്രണിതപ്രതീക്ഷയാൽ
മർത്ത്യനപ്പദം രണ്ടും:
ഓർക്കുക വല്ലപ്പോഴും".

ചിലരെല്ലാം ഓർമ്മിക്കുന്നു. ചിലർ ഓർമ്മിക്കുന്നതായി നടിക്കുന്നു. മറ്റു ചിലരാകട്ടെ ഓർമ്മയുണ്ടെങ്കിലും മറക്കുന്നതായി ഭാവിക്കുന്നു. "നിന്നെ ഞാൻ മരണം വരെ മറക്കില്ല" എന്ന വാഗ്ദാനം കാറ്റിൽ പറത്തിയിട്ട് അധികം വൈകാതെ മറ്റൊരു മാറിടത്തിൽ അഭയം തേടുന്ന പ്രണയികളുമില്ലേ?

"പുണരാനാഞ്ഞെത്തീടു-
മോരോരോതിരയേയു-
മണച്ചുമാറിൽ ചേർക്കെ
മന്ത്രിപ്പു മണൽത്തീരം.
'മറക്കില്ലൊരുനാളും'-
കഷ്ടമാക്കള്ളം കേട്ടു
ചിരിപ്പൂ കടൽക്കാറ്റു
കണ്ണുപൊത്തുന്നു താരം."

പിൽക്കാലത്ത് മലയാള സിനിമയിലെ പ്രശസ്ത പിന്നണി ഗായികയായി ഉയരുകയും ഭാസ്കരൻ മാസ്റ്ററുടെ ഒരടുത്ത സുഹൃത്തിന്റെ പത്നീപദമലങ്കരിക്കുകയും ചെയ്ത ഒരു സുന്ദരിയാണ് കവിതയിലെ നായിക എന്നു വിശ്വസിക്കുന്നവരുമുണ്ട്. ഒരിക്കൽ തികഞ്ഞ ഉത്കണ്ഠയോടും വിനയത്തോടും കൂടി മടിച്ച് മടിച്ച് ഈ കേട്ടുകേൾവി സത്യമാണോയെന്നു ഞാൻ എന്റെ ഗുരുവിനോടു ചോദിക്കുകയുണ്ടായി - അർത്ഥഗർഭമായ ഒരു ദീർഘ മന്ദസ്മിതം മാത്രമായിരുന്നു മറുപടി. പെട്ടെന്ന് 'വഴിത്തിരിവിൽ' എന്ന ഭാസ്കരകവിതയിലെ നാലു വരികൾ എന്റെ ഓർമ്മയിൽ നഷ്ടപ്രണയത്തിന്റെ നിത്യ സൗരഭ്യമായി ഉയർന്നുവന്നു.

"എന്റെ ഭാഗ്യചക്രം
തിരിച്ചു നിർമ്മിച്ചൊരീ
മൺപാത്രവും നീ
തകർത്തു പോയീടിലും
വിട്ടു പിരിയു-
മളവിലെൻ കണ്ണുനീർ
കെട്ടിച്ചളി പിടി-
ക്കില്ല നിൻ വീഥികൾ!"

നാല്

മധുരം മധുരതരം

നല്ല കവിതയ്ക്കും നല്ല ഗാനത്തിനും ഇടയ്ക്കുള്ള വരമ്പ് വളരെ നേർത്ത താണ്. ഭാവഗാനങ്ങളുടെ ലാളിത്യവും ചാരുതയും നിറഞ്ഞ കവിതകളാണ് പി. ഭാസ്കരൻ രചിച്ചത്. ഉത്തമ കവിതയുടെ മഹത്ത്വവും സംഗീതത്തിന്റെ സൗരഭ്യവും അദ്ദേഹത്തിന്റെ ഗാനങ്ങളെ അനന്യസുന്ദരങ്ങളാക്കുന്നു. പടർന്നൊഴുകുന്ന പ്രവാഹിനികളാണ് അദ്ദേഹത്തിന്റെ പാട്ടുകൾ. കാവ്യ ബിംബങ്ങളുടെ സമൃദ്ധി അവയെ ചിരഞ്ജീവികളാക്കി മാറ്റിയിരിക്കുന്നു. പി. ഭാസ്കരന്റെ കാവ്യം മധുരം, ഗാനം മധുരതരം.

-തെന്നിന്ത്യൻ സിനിമയിലെ ആദ്യകാല പ്രതിഭകളിലൊരാളായ എസ്.എസ്. വാസന്റെ (ജെമിനി സ്റ്റുഡിയോ) 'അപൂർവ്വ സഹോദരർകൾ' എന്ന തമിഴ് ചിത്രത്തിനുവേണ്ടി മലയാളത്തിൽ എട്ടുവരികൾ രചിക്കാൻ 1948-ൽ തന്റെ ഇരുപത്തിനാലാം വയസ്സിൽ പി. ഭാസ്കരൻ ക്ഷണിക്കപ്പെട്ടു. സിനിമ തമിഴിലായിരുന്നെങ്കിലും അതിൽ നാലു ദ്രാവിഡ ഭാഷകളുമടങ്ങുന്ന ഒരു ഗാനം ഉൾപ്പെടുത്താൻ എസ്. എസ്. വാസൻ തീരുമാനിച്ചു. അങ്ങനെ തമിഴ്, തെലുങ്ക്, മലയാളം, കന്നഡ എന്നീ നാലു ഭാഷകളിലെ കവികൾ ചേർന്ന് ഒരു പാട്ടെഴുതി. ഒരു ചലച്ചിത്രഗാനരചയിതാവെന്ന നിലയിൽ പി. ഭാസ്കരന്റെ അരങ്ങേറ്റം നടന്നത് തമിഴ് സിനിമയിലൂടെയായിരുന്നു എന്നോർക്കുന്നത് രസാവഹമാണ്. മതംമാറി മെക്കയിലേക്കുപോയ അവ സാനത്തെ ചേരമാൻ പെരുമാളിന്റെ സ്മരണ നിലനിൽക്കുന്ന കൊടുങ്ങ ല്ലൂരിൽ ജനിച്ച പി. ഭാസ്കരന് മുസ്ലീം ജീവിത പശ്ചാത്തലവുമായി ഉറ്റ ബന്ധമുണ്ടായിരുന്നു. മോയിൻകുട്ടി വൈദ്യരെപ്പോലെയുള്ള പ്രതിഭാധന ന്മാരായ കവികൾ രചിച്ച മാപ്പിളപാട്ടുകളുടെ ലോകം അദ്ദേഹത്തിന് ചിരപ രിചിതമായിരുന്നല്ലോ. അതുകൊണ്ടു കൂടിയാവാം മുകളിൽ പറഞ്ഞ ബഹു ഭാഷാ ഗാനത്തിലെ മലയാളം വരികൾ മാപ്പിളപ്പാട്ടിന്റെ ശൈലിയിലെഴുതാൻ

തീരുമാനമുണ്ടായത്. ഇപ്രകാരം പി. ഭാസ്കരൻ 'അപൂർവ്വ സഹോദരർകൾ' എന്ന ജമിനി ചിത്രത്തിനുവേണ്ടി രചിച്ച വരികൾ:

'കടക്കണ്ണിൻ തലപ്പത്ത്
കറങ്ങും വണ്ടേ
കളിച്ചുംകൊണ്ട്
പറക്കുന്നതെന്തിനോ വണ്ടേ
പൂതിയെഴുന്നൊരു കരിവരിവണ്ടേ
പൂമരമിന്നു വിരിഞ്ഞതു കണ്ടേ
കനിവറ്റ കരിമിഴി ചതിച്ചു പൊന്നേ
കടമിഴി വലവീശല്
വലച്ചീടൊല്ലെന്നെ
എന്തിനാണ് പൂങ്കരളേ
പന്തിരണ്ടിലാക്കണ്
എപ്പഴാണീ പൂമരം വിരിഞ്ഞ്
തേൻ കുടിക്കണ്.'

നാലു ഭാഷകളിലായി എഴുതപ്പെട്ട ഗാനം തുടങ്ങുന്നത് തമിഴിലാണ്.

"ലഡു മിഠായി വേണമാ." എന്നാണ് പല്ലവി.

ഭാസ്കരൻ മാസ്റ്റർ ഗാനമെഴുതിയ രണ്ടാമത്തെ ചിത്രം ശ്രീകൃഷ്ണാ പ്രൊഡക്ഷൻസിന്റെ 'ചന്ദ്രിക'യാണ്. തിരുവനന്തപുരം നഗരത്തിൽ ഗവൺമെന്റ് എൻജിനീയറിംഗ് കോളേജ് നില്ക്കുന്ന സ്ഥാനത്ത് പണ്ട് ഒരു ഫിലിം സ്റ്റുഡിയോ ഉണ്ടായിരുന്നു എന്ന കാര്യം എത്രപേർക്കറിയാം? ചിത്രീകരണപ്രവർത്തനങ്ങൾ ആരംഭിക്കുന്നതിനുമുമ്പുതന്നെ തീപിടിച്ചു നശിച്ച പ്രസ്തുത സ്റ്റുഡിയോയുടെ ഉടമസ്ഥനായിരുന്ന കെ.എം.കെ മേനോനാണ് 'ചന്ദ്രിക' നിർമ്മിച്ചത്. എം. എച്ച്. ആത്മ പാടിയ 'പ്രീതം ആൻ മിലോ...' എന്നു തുടങ്ങുന്ന ഹിന്ദിഗാനത്തിന്റെ ഈണത്തിൽ പി. ഭാസ്കരനെഴുതിയ 'കേഴുക ആത്മസഖി..' എന്ന ഗാനം ഒരു പുതിയ ഭാവുകത്വത്തിലേക്ക് മലയാളിയെ കൈപിടിച്ചുകൊണ്ടുപോയി. അങ്ങനെ മലയാളത്തിൽ ഒരു പുതിയ ഗാനവസന്തം പിറന്നു.

'കേഴുക ആത്മസഖീ
കേഴുക ആത്മസഖീ
തകരുന്നിതാ കിനാക്കൾ
കേഴുക ആത്മസഖീ ..

പാഴ്ക്കണ്ണീരിൻ പൂക്കളാലിനി
പ്രണയത്തിൻ ചിത മൂടിടാം
കാലലീലതൻ കരുവായ് വീണ്ടും
വിധിയോടായ് വിളയാടീടാം
ആത്മസഖീ- (കേഴുക..)
പ്രേമരാത്രിതൻ ഓർമ്മകൾ വാടി
ജീവിതവാനിൽ കൂരിരുൾ മൂടി
താവക വിജന കുടീരം നിറയാൻ
പാടുക മിഴിനീരണി ഗാനം....
ആത്മസഖീ... (കേഴുക..)

തുടർന്ന് പൊൻകുന്നം വർക്കി തിരക്കഥയെഴുതിയ 'നവലോകം' എന്ന ചിത്രത്തിനുവേണ്ടി പി. ഭാസ്കരൻ രചിച്ച ഗാനങ്ങളും ജനഹൃദയം കവർന്നു.

"തങ്കക്കിനാക്കൾ ഹൃദയേവീശും
വനാന്തചന്ദ്രികയാരോ നീ
സങ്കല്പമാകെ പുളകം പൂശും
വസന്തസുമമേ യാരോ നീ
മധുരിത ജീവിത വാനിൽ തെളിയും
മായാത്ത മഴവിൽ പോലെ
മമമനമരുളും വൃന്ദാവനമതിൽ
വരൂ പ്രേമരാധേ..നീ
വരൂ പ്രേമരാധേ..."

ഈ ഗാനവും 'ഗായകാ...ഹൃദയനിലാവിൽ പാടൂ ഗായകാ..'. എന്ന ഗാനവും കേരളത്തെ പ്രകീർത്തിച്ചെഴുതിയ 'മലയാള മലർവാടിയേ....' എന്ന ഗാനവും പാട്ടെഴുത്തുകാരനെന്ന നിലയിൽ സിനിമയിൽ പി. ഭാസ്കരന്റെ സ്ഥാനം സുസ്ഥിരമാക്കി. സംഗീതാചാര്യനായ വി. ദക്ഷിണാമൂർത്തിപോലും ഹിന്ദി ഈണങ്ങൾ അതേപടി മലയാളത്തിലേക്കു പകർത്താൻ നിർബന്ധിതനായ കാലഘട്ടമായിരുന്നു അത്. മലയാളത്തിന് മലയാളത്തിന്റേതായ ഈണ ങ്ങൾ വേണമെന്ന ദർശനത്തിന് അംഗീകാരം ലഭിച്ചത് 'നവലോകം' എന്ന ചിത്രത്തോടു കൂടിയാണെന്നു പറയാം. ഇതിന് പി. ഭാസ്കരൻ -വി. ദക്ഷി ണാമൂർത്തി കൂട്ടുകെട്ട് നിർവ്വഹിച്ച പങ്ക് നിസ്സാരമല്ല. - മലയാള സിനിമ യുടെ ആദ്യകാല രക്ഷകന്മാരിൽ പ്രധാനിയായ ടി. ഇ. വാസുദേവൻ മലയാ ളത്തിലും തമിഴിലും ഒരേസമയത്ത് നിർമ്മിച്ച 'അമ്മ' എന്ന സിനിമയ്ക്കു

വേണ്ടിയും ഈ കൂട്ടുകെട്ടാണ് പാട്ടുകൾ സൃഷ്ടിച്ചത്. പാട്ടുകൾക്ക് പുതിയ ഈണങ്ങൾ തന്നെ വേണമെന്ന അഭിപ്രായം നിർമ്മാതാവിനുമുണ്ടായിരുന്നു. ‘അമ്മ’യിലും തുടർന്ന് ടി. ഇ. വാസുദേവൻ നിർമ്മിച്ച ‘ആശാദീപ’ത്തിലും മലയാളികളല്ലാത്ത നടീനടന്മാരും അഭിനയിച്ചിരുന്നു. ‘ആശാദീപ’ത്തിൽ തമിഴ് നടനായ ജെമിനിഗണേശനായിരുന്നു നായകൻ. നടീനടന്മാരെ സംഭാഷണം പഠിപ്പിക്കുന്ന ജോലി നിർമ്മാതാവായ ടി.ഇ. വാസുദേവൻ ചിത്രത്തിന്റെ ഗാനരചയിതാവായ പി. ഭാസ്കരനെ ഏല്പിച്ചു. അങ്ങനെ ‘അമ്മ’യിലും ‘ആശാദീപ’ത്തിലും സംവിധാനസഹായിയായി പ്രവർത്തിക്കുന്ന കാലത്താണ് ഒരു ചിത്രം സംവിധാനം ചെയ്യണമെന്ന മോഹം അദ്ദേഹത്തിനുണ്ടായത്. ‘നീലക്കുയിൽ’ എന്ന ശ്രദ്ധേയമായ ചലച്ചിത്രത്തിന്റെ പിറവിയിലേക്ക് പി. ഭാസ്കരനെ നയിച്ചത് ‘അമ്മ’, ‘ആശാദീപം’ എന്നീ ചിത്രങ്ങളുടെ ചിത്രീകരണാനുഭവങ്ങളായിരിക്കണം.

മലയാളഭാഷയെക്കുറിച്ച് രചിക്കപ്പെട്ടിട്ടുള്ള ഗാനങ്ങളിൽ ഏറ്റവും മികച്ചതെന്ന് സർവ്വരാലും പ്രകീർത്തിക്കപ്പെട്ടിട്ടുള്ള “ജനനീ ജയിക്ക നീണാൾ മലയാളമേ...” എന്ന വിശ്രുതഗാനം ‘ആശാദീപ’ത്തിനുവേണ്ടി പി. ഭാസ്കരൻ എഴുതിയതാണ്. വി. ദക്ഷിണാമൂർത്തിയുടെ ഈണവും എം.എൽ. വസന്തകുമാരി, പി. ലീല എന്നീ ഗായികമാരുടെ സ്വരഗരിമയും ഈ ഗാനത്തെ ഇന്നും അവിസ്മരണീയമാക്കി മാറ്റുന്നു. കഥകളിയെക്കുറിച്ചും കിളിക്കൊഞ്ചലിലൂടെ ഭാഷയുടെ പുകൾപാടിയ തുഞ്ചത്താചാര്യനെക്കുറിച്ചും കണ്ണന്റെ ലീലകൾ ഗാഥാമധുരമായി പാടിയ ചെറുശ്ശേരിയെക്കുറിച്ചും മാത്രമല്ല വന്ദ്യനായ രവിവർമ്മരാജായെക്കുറിച്ചും രാഗസുധാരസം തൂകിയ സ്വാതി തിരുനാളിനെക്കുറിച്ചുമൊക്കെ എത്ര മനോഹരമായാണ് പി. ഭാസ്കരൻ വർണ്ണിച്ചിരിക്കുന്നത്. ഒരു കവിത ഗാനമായി ചലച്ചിത്ര സന്ദർഭവുമായി സന്നിവേശിപ്പിക്കുന്ന രീതി ആദ്യമായി പരീക്ഷിക്കപ്പെട്ടതും ‘ആശാദീപം’ എന്ന ചിത്രത്തിലാണ്. സംഗീതോപകരണങ്ങളുടെ ബഹളം കൂടാതെ തംബുരു ശ്രുതിയുടെയും പുല്ലാങ്കുഴലിന്റെയും മാത്രം അകമ്പടിയോടെ വി. ദക്ഷിണാമൂർത്തി അവതരിപ്പിച്ച ആ ഭാസ്കരഗാനം ഒരു തലമുറയെ പൂർണ്ണമായും കീഴടക്കിയെന്നു തന്നെ പറയാം. പദങ്ങളുടെ ലാളിത്യവും അലങ്കാരങ്ങളുടെ ഭംഗിയും ഊടും പാവുമാക്കി നെയ്തെടുത്ത ആ സുന്ദരഗാനമിങ്ങനെ ആരംഭിക്കുന്നു.

“മാരിവില്ലൊളി വീശിവന്നൊരെൻ
മാനസാനന്ദദായകാ
മാമകാശതൻവീണയിൽക്കൂടി
മൗന ഗാനങ്ങൾ പാടി നീ!

ജീവിതാനന്ദ കന്ദളങ്ങളാൽ
പാവനപ്രഭ തൂകി നീ..
മായുകില്ല നീ മായുകില്ല നീ
മാമകാശയിലെന്നുമേ.."

പ്രണയം, വിരഹം, കാത്തിരിപ്പ്, പ്രണയനൈരാശ്യം എന്നീ വിചാര വികാര ധാരകളിലൂടെ പറന്നുയരുമ്പോൾ പി. ഭാസ്കരന്റെ ഗാനവിഹഗത്തിന്റെ ചിറകുകൾക്ക് പ്രത്യേക ശക്തിയും ചൈതന്യവും ലഭിക്കുന്നു. വിപ്ലവത്തിൽനിന്ന് പ്രണയത്തിലേക്കും പ്രണയത്തിൽനിന്ന് കുടുംബബന്ധങ്ങളിലേക്കും പിന്നീട് തത്ത്വചിന്തയുടെ ഏകാന്ത പർണ്ണാശ്രമത്തിലേക്കും കവി നടത്തിയ ദീർഘയാത്രയുടെ ചരിത്രമാണ് പി. ഭാസ്കരന്റെ ഗാനചരിത്രം. 1953 –ൽ പുറത്തുവന്ന 'തിരമാല' എന്ന ചിത്രത്തിലെ

'പാലാഴിയാം നിലാവിൽ
ധനുമാസ നീലരാവിൽ
കണ്ണീരുമായി അകലേ
പൊൻതാരമെന്തേ പൊലിയാൻ
മധുമാസ നീലരാവിൽ
രാപ്പാടിയെന്തേ കേഴാൻ
ഹാ! ശോകഭാരം പേറാൻ
വിമൂകഗാനം പാടാൻ
ആനന്ദമേ നിൻ ചിറകിൽ
ഏതോ കരാള ശോകം...
കരവാളമാർന്നു നില്പൂ....
ഇടിനാദം ദൂരെ കേൾപ്പൂ...

എന്ന ഗാനത്തിൽ ഇതൾ വിരിയുന്ന രാത്രിയുടെ ചിത്രവും ഏകാകിയുടെ നൊമ്പരവും എത്ര ഹൃദ്യമാണ്! സംഗീതത്തിന്റെ തിരകളെ അക്ഷരങ്ങളുടെ താളം സമ്പന്നമാക്കുന്ന പി. ഭാസ്കരന്റെ രചനാശൈലി മലയാളസിനിമയുടെ ഏറ്റവും വലിയ അലങ്കാരമായി മാറിയതിൽ എന്താണ് അദ്ഭുതം!

"കണ്ണീർക്കണങ്ങൾ പേറി
ഈ യാമിനീസുമങ്ങൾ
ദാരുണമാകും മൃതിയെ
എതിരേൽക്കുവാനോ വന്നു...

ഹൃദയങ്ങളെന്തേ ഇരുളിൽ
ക്ഷണമാത്രനേരം ചേർന്നു
പ്രണയപരാഗമാർന്നു
ക്ഷണികവിലാസമാർന്നു?"

കഥാസന്ദർഭങ്ങളുമായി ഇഴുകിച്ചേരുന്ന ഗാനങ്ങൾ രചിച്ച പി.ഭാസ്കരൻ സംവിധാനരംഗത്തേക്ക് തിരിഞ്ഞതിൽ യാതൊരദ്ഭുതവുമില്ല. അദ്ദേഹത്തിലെ കവി, ദൃശ്യങ്ങൾ സൃഷ്ടിക്കുന്നതിൽ എത്രമാത്രം സമർത്ഥനാണെന്ന് ആ കവിതകളും ഗാനങ്ങളും തന്നെ സമർത്ഥിക്കുന്നുണ്ട്. തൂലികകൊണ്ട് വാങ്മയചിത്രങ്ങളൊരുക്കിയ പി. ഭാസ്കരൻ പിന്നീട് ക്യാമറയുപയോഗിച്ചും ചിത്രങ്ങളൊരുക്കിയെന്നുമാത്രം. മലയാളത്തിൽ നിയോറിയലിസത്തിന്റെ ചുവടുപിടിച്ച് നിർമ്മിക്കപ്പെട്ട പ്രഥമ ചിത്രമായ നീലക്കുയിലിന്റെ പ്രധാന ശില്പി പി. ഭാസ്കരനായിരുന്നു. സംവിധാനത്തിൽ രാഷ്ട്രീയരംഗത്തും സാംസ്കാരികരംഗത്തും അദ്ദേഹത്തിന്റെ സഹപ്രവർത്തകനായിരുന്ന രാമുകാര്യാട്ടും സഹായിയായുണ്ടായിരുന്നു. മലയാളസിനിമയിൽ ഒരു പുതിയ ദിശാബോധം സൃഷ്ടിച്ച ചലച്ചിത്രമായിരുന്നു 'നീലക്കുയിൽ'. പില്ക്കാലത്ത് അടൂർ ഗോപാലകൃഷ്ണനെപ്പോലെയുള്ള പ്രതിഭാശാലികൾ ആവിഷ്കരിച്ച പുതിയ ഭാവുകത്വത്തിന്റെ വഴിത്താരയിലെ ആദ്യചുവടായിരുന്നു 'നീലക്കുയിൽ'. അങ്ങനെ പി. ഭാസ്കരനും രാമുകാര്യാട്ടും മലയാളത്തിലെ നവസിനിമയുടെ ആദ്യപ്രവാചകന്മാരാണെന്ന സത്യവും നാം മനസ്സിലാക്കുന്നു.

– 'നീലക്കുയിലി'ലെ ഗാനങ്ങളിലെ മലയാളത്തനിമയെ വാഴ്ത്താത്ത നിരൂപകന്മാരില്ല. ശാസ്ത്രീയസംഗീതത്തിൽ ഉന്നതമായ സ്ഥാനമലങ്കരിക്കാൻ പ്രാപ്തിയും പ്രാഭവവുമുള്ള കെ. രാഘവൻ തനി നാടൻ ശൈലിയിലാണ് പാട്ടുകൾ ചിട്ടപ്പെടുത്തിയത്. രചനയിലെ ലാളിത്യവും നൈർമ്മല്യവും രാഘവൻ മാസ്റ്റർക്ക് അതിനുള്ള പ്രചോദനം നൽകി എന്നതായിരിക്കും വാസ്തവം.

പി.സി.കുട്ടിക്കൃഷ്ണന്റെ കഥയിലെ നായിക അക്ഷരാഭ്യാസമില്ലാത്ത ഒരു ഗ്രാമീണപ്പെൺകൊടിയായതുകൊണ്ടാണ് അവളുടേതായ ലോകത്തിരുന്നുകൊണ്ട് കവി അവളുടെ ഭാഷാശൈലിയിൽത്തന്നെ പാടിയത്.

"എല്ലാരും ചൊല്ലണ് എല്ലാരും ചൊല്ലണ് കല്ലാണീ നെഞ്ചിലെന്ന്"

"കുയിലിനെ തേടി കുയിലിനെ തേടി കുതിച്ചു പായും മാരാ....."

എന്നീ പാട്ടുകൾ നായിക പാടുമ്പോൾ അത് അവളുടെ ഹൃദയത്തിന്റെ ഭാഷയായിത്തന്നെ നമുക്ക് അനുഭവപ്പെടുന്നു. നായകൻ അഭ്യസ്ത

വിദ്യനാണെങ്കിലും തന്റെ കാമുകിക്കു മനസ്സിലാകാൻവേണ്ടി അവളുടെ മനസ്സിലേക്കിറങ്ങിനിന്നാണ് അയാളും പാടുന്നത്.

"മാനെന്നും വിളിക്കില്ല
മയിലെന്നും വിളിക്കില്ല
മാടത്തിൻ മണിവിളക്കേ
-നിന്നെ ഞാൻ
മാടത്തിൻ മണിവിളക്കേ
ഉള്ളിൽ കടന്നു കരൾ കൊള്ളയടിക്കും നിന്നെ
കള്ളിപ്പെണ്ണെന്നു വിളിക്കും..".

എന്നിങ്ങനെയുള്ള വരികൾ ഏതു മലയാളിക്കും കാണാപ്പാഠമാണ്.

-മനസ്സിൽ എന്നും വിപ്ലവത്തിന്റെ ഒരു തിരി കെടാതെ സൂക്ഷിച്ച പി. ഭാസ്കരൻ സിനിമയിലും വ്യക്തമായ മാറ്റങ്ങൾ വരുത്താനാഗ്രഹിച്ചു. അതിന്നായി പരിശ്രമിച്ചു. നീലക്കുയിലിനുശേഷം അദ്ദേഹം സംവിധാനം ചെയ്ത "രാരിച്ചൻ എന്ന പൗരൻ" തെരുവിൽ വളരുന്ന ഒരു കുട്ടിയുടെ കഥയാണ് പറഞ്ഞത്. രാരിച്ചനായി അഭിനയിച്ച മാസ്റ്റർ ലത്തീഫ് പിൽക്കാലത്ത് ചലച്ചിത്രനിർമ്മാതാവായി മാറി. പത്മനാഭൻ, വിലാസിനി എന്നീ പുതുമുഖങ്ങളും ഈ ചിത്രത്തിൽ പ്രധാന വേഷങ്ങളിൽ പ്രത്യക്ഷപ്പെട്ടു.

"നാഴിയുരിപ്പാലുകൊണ്ട് നാടാകെ കല്യാണം" എന്ന ഗാനത്തിലൂടെ ഗായത്രി എന്ന പുതിയ ഗായികയും രംഗത്തുവന്നു. ശാന്ത പി. നായരും ഗായത്രിയും ചേർന്നാണ് ഈ ഗാനം പാടിയത്. കാവ്യബിംബങ്ങളുടെ പെരുമഴതന്നെ സൃഷ്ടിച്ച ഭാസ്കരഗാനങ്ങളിൽ പ്രമുഖ സ്ഥാനമലങ്കരിക്കുന്ന രചനയത്രേയിത്.

"മഞ്ഞിന്റെ തട്ടമിട്ട്
ചന്ദ്രൻ മേലേ
സുറുമയാൽ കണ്ണെഴുതി
താരകൾ നീളെ
അന്തിക്കു പടിഞ്ഞാറെ
ചെന്തെങ്ങിൻ കുലവെട്ടി
കല്യാണവീട്ടിലാരോ
തൂമുല്ലപ്പന്തലുകെട്ടി..."

ചന്ദ്രനും ചന്ദ്രികയും പൗർണ്ണമിയും പഞ്ചമിയും ഈ സൗന്ദര്യങ്ങളെല്ലാം നിർലോഭം വിളമ്പുന്ന അനന്തമായ ആകാശവും അതിന്റെ അഗാധനീലിമയും എന്നും പി. ഭാസ്കരന്റെ ഇഷ്ടവിഷയങ്ങളായിരുന്നു: കവിതയിലും ഗാനത്തിലും.

അഞ്ച്

അപാരസുന്ദര നീലാകാശം

ശ്രീകൃഷ്ണന്റെ ഇന്ദ്രനീലനിറം കാണുമ്പോൾ മഹാനായ പൂന്താനത്തിന് ചന്ദ്രമണ്ഡലവും കാർമേഘാവൃതമായ ആകാശവുമാണ് സ്മൃതിയിൽ തെളിയുക.

"ഇന്ദ്രനീലനിറത്തിലൊരായിരം
ചന്ദ്രമണ്ഡലമൊന്നിച്ചുദിക്കയോ
കാരുണ്യാമൃത വൻമഴ പെയ്യുന്ന
കാളമേഘം നിറഞ്ഞങ്ങിരിക്കയോ..?'

എന്നാണല്ലോ 'സന്താനഗോപാല'ത്തിൽ അദ്ദേഹം ചോദിക്കുന്നത്. ശൈലിയുടെ ലാളിത്യത്തിൽ പൂന്താനത്തിന്റെ ചേരിയിൽപ്പെട്ട കവിയായ പി. ഭാസ്കരനാകട്ടെ നീലഗഗനം പ്രണയാനുഭൂതികളുടെ മഹാസാഗരമാണ്. എത്രയെത്ര കാവ്യബിംബങ്ങളാണ് അനന്തമായ ആകാശത്തിന്റെ ആകർഷണവലയത്തിൽ അഭിരമിച്ച് അദ്ദേഹം സൃഷ്ടിച്ചിട്ടുള്ളത്. ഈ വിഭാഗത്തിൽപ്പെട്ട പാട്ടുകളിൽ ഏറ്റവും ഉദാത്തമായത് എം.ടി.വാസുദേവൻനായരുടെ പ്രശസ്തമായ ചെറുകഥയെ ആധാരമാക്കി പി. ഭാസ്കരൻ തന്നെ സംവിധാനം ചെയ്ത 'വിത്തുകൾ' എന്ന ചിത്രത്തിലെ 'അപാരസുന്ദരനീലാകാശം' എന്ന ഗാനമത്രേ.

അപാരസുന്ദരനീലാകാശം
അനന്തതേ നിൻ മഹാസമുദ്രം
ഊഴിയും സൂര്യനും വാർമതിയും
ഇതിൽ ഉയർന്നു നിൽക്കും ദീപങ്ങൾ
ആയിരമായിരം താരാഗണങ്ങൾ
അലകളിലലയും വെൺനുരകൾ

എന്നിപ്രകാരം ആകാശത്തെ അനന്തതയുടെ സമുദ്രമെന്നു വിശേഷിപ്പിച്ചതിനു ശേഷം പി. ഭാസ്കരനിലെ കാൽപ്പനിക കവി അനിതരസാധാരണമായ

വാസനാവൈഭവത്തിന്റെ വൈജയന്തി പറപ്പിക്കുകയാണ് അടുത്ത വരികളിൽ.

അനാദികാലം മുതൽ ഏകാന്തതയുടെ മൗനഗാനമായി ഏതോ കാമുകിയെ കാത്തിരിക്കുകയാണ് ആകാശം എന്ന, ഈ അജ്ഞാത കാമുകൻ. പ്രതീക്ഷാ നിർഭരമായ കാത്തിരിപ്പ്.

പൗർണ്ണമിതോറും
സ്വപ്നത്തിലവൾക്കായ്
സ്വർണ്ണസിംഹാസനമൊരുക്കുന്നു
കാണാതൊടുവിൽ
വർഷമുകിലിനാൽ
കദനക്കണ്ണീരൊഴുക്കുന്നു......

ഇങ്ങനെ മുപ്പതു ദിവസം കൂടുമ്പോൾ കാമിനിക്കായി സ്വർണ്ണസിംഹാസനമൊരുക്കിയും അവൾ വരാത്തതിനാൽ വർഷമേഘങ്ങളാൽ കണ്ണീരൊഴുക്കിയും അവിരാമമായ കാത്തിരിപ്പു തുടരുകയാണ്, ആകാശം എന്ന അജ്ഞാത കാമുകൻ! 'ഏകാന്തതയുടെ മൗനഗാന'മെന്നും 'അനന്തതയുടെ മഹാസമുദ്ര'മെന്നും ആകാശത്തെ വിശേഷിപ്പിക്കുമ്പോൾ പുതിയ പുതിയ അർത്ഥതലങ്ങളിലേക്ക് ഈ പതിന്നാലുവരിപ്പാട്ട് ഉയർന്നുയർന്നു പോകുന്നു. ആകാശം, ഭൂമി, തേജസ്, വായു, ജലം എന്നീ പഞ്ചഭൂതങ്ങളാണ് പ്രപഞ്ചത്തിന്റെ അടിസ്ഥാനം. മനുഷ്യ ശരീരം പ്രപഞ്ചത്തിൽ നിന്നും വ്യത്യസ്തമല്ല. പഞ്ചഭൂതങ്ങളെ നാം അറിയുന്നത് പഞ്ചേന്ദ്രിയങ്ങൾ വഴിയാണ്. കാതുകൊണ്ടാണ് നാം ആകാശത്തെ അറിയുന്നത്. അതായത് ആകാശം നാദമാണ്. ഈ ദിശയിലൂടെ ചിന്താധാരയൊഴുകുമ്പോൾ

'ഓം പൂർണ്ണമദ: പൂർണ്ണമിദം
പൂർണ്ണാൽ പൂർണ്ണമുദച്യതേ
പൂർണ്ണസ്യപൂർണ്ണമാദായ
പൂർണ്ണമേവാവശിഷ്യതേ....'

(അതും പൂർണ്ണം; ഇതും പൂർണ്ണം. പൂർണ്ണത്തിൽ നിന്നു പൂർണ്ണമുണ്ടാകുന്നു. പൂർണ്ണത്തിൽ നിന്നു പൂർണ്ണമെടുത്താൽ പൂർണ്ണം തന്നെ അവശേഷിക്കുന്നു) എന്ന ഉപനിഷത് ശാന്തിപാഠവും ചിലരെങ്കിലും ഓർത്തുപോകും. എത്ര നിറഞ്ഞൊഴുകി മറഞ്ഞാലും വീണ്ടും വളർന്നു വളർന്നു നിറയുന്ന പൗർണ്ണമികൾ, എത്ര പെയ്താലും വീണ്ടും വീണ്ടും പെയ്യാനായ് എങ്ങുനിന്നോ വന്നു പെരുകുന്ന വർഷമേഘങ്ങൾ...അനാദിമദ്ധ്യാന്തമായ മഹാവിസ്മയം!

ഇതുപോലെ ഗഹനവും ചിന്താമധുരവുമായ ഉപമകളും ഉൽപ്രേക്ഷകളും രൂപകങ്ങളും അപ്രസ്തുത പ്രശംസകളും അർത്ഥാന്തരന്യാസങ്ങളും എത്ര വേണമെങ്കിലും ആകാശവുമായി ബന്ധപ്പെട്ടൊഴുകിയ ഭാസ്കരഭാവനകളിൽ നിന്ന് ആസ്വാദകന് കോരിയെടുക്കാൻ സാധിക്കും.

'പാർവ്വണേന്ദുവിൻ ദേഹമടക്കി
പാതിരാവിൻ കല്ലറയിൽ
കരിമുകിൽ കണ്ണീരടക്കിയടക്കി
ഒരു തിരിവീണ്ടും കൊളുത്തി - പാവം
ഒരു തിരി വീണ്ടും കൊളുത്തി'

(ചിത്രം - തുറക്കാത്ത വാതിൽ)

എന്ന പാട്ടിൽ ആദ്യം പറഞ്ഞതിൽനിന്ന് അത്യന്തം വ്യത്യസ്തങ്ങളായ ബിംബങ്ങളാണ് വിടരുന്നത്. 'അപാരസുന്ദരനീലാകാശം' അനന്തമായ ശ്മശാനമായി മാറുകയാണിവിടെ! സൃഷ്ടിയിൽ സംഹാരവും സംഹാരത്തിൽ സൃഷ്ടിയുമുണ്ട് എന്ന ദാർശനിക സിദ്ധാന്തം കവിയുടെ ഉപബോധമനസ്സിൽ അലയടിക്കുന്നുണ്ടെന്നു വ്യക്തം.

'അകലെയകലെയായ് സാഗരവീചികൾ
അലമുറ വീണ്ടും തുടരുന്നു
കറുത്ത തുണിയാൽ മൂടിയ ദിക്കുകൾ
സ്മരണാഞ്ജലികൾ നൽകുന്നു....'

എന്ന വരികളിലെത്തുമ്പോൾ ഒരു ശവസംസ്കാരത്തിന്റെ ചിത്രം പൂർണ്ണമാകുന്നു.

ഋതുഭേദം ആകാശത്തു സൃഷ്ടിക്കുന്ന മാറ്റങ്ങളെ പ്രണയനൊമ്പരങ്ങളിലേക്ക് ആവാഹിക്കാൻ പി. ഭാസ്കരന് അസാധാരണമായ പാടവമുണ്ട്.

'മഞ്ഞലയിൽ മുങ്ങിത്തോർത്തി
ധനുമാസ ചന്ദ്രിക വന്നു
നിന്നെ മാത്രം കണ്ടില്ലല്ലോ
നീ മാത്രം വന്നില്ലല്ലോ
പ്രേമചകോരി..ചകോരി..ചകോരി.....'

എന്ന പ്രശസ്ത ഗാനം തന്നെ പരിശോധിക്കാം. 'ചകോരി' എന്നാൽ പെൺ ചകോരമാണ്. ചകോരം എന്ന പക്ഷിക്ക് നിലാവുമായുള്ള ബന്ധം അതിമനോഹരമായ വിധത്തിൽ ഇവിടെ അഭിവ്യഞ്ജിപ്പിച്ചിരിക്കുന്നു. കേരളത്തിൽ ചില പ്രദേശങ്ങളിൽ 'ഉപ്പൻ' എന്ന പേരിലും മറ്റു ചില പ്രദേശങ്ങളിൽ

'ചെമ്പോത്ത്', 'ഈശ്വരൻകാക്ക' തുടങ്ങിയ പേരുകളിലും അറിയപ്പെടുന്ന ഈ പക്ഷി നിലാവ് പാനം ചെയ്യുമെന്നാണ് വിശ്വാസം. ചന്ദ്രരശ്മി പാനം ചെയ്ത് കൂട്ടിരിക്കാൻ വരാത്ത പ്രിയതമയെക്കുറിച്ച് വിലപിക്കുന്ന നായകൻ ഇവിടെ ആൺപക്ഷിയായി മാറുന്നു. ഈ ധനുമാസനിലാവിൽ ചെറു കൊന്നയും പൂത്തുലയുന്നു. സ്വർണ്ണനിറമാർന്ന കർണ്ണികാര(ചെറുകൊന്ന) പ്പൂക്കൾ!

'കർണ്ണികാരം പൂത്തുതളിർത്തു
കല്പനകൾ താലമെടുത്തു
കൺമണിയെ കണ്ടില്ലല്ലോ
എന്റെ സഖി വന്നില്ലല്ലോ
കണ്ടവരുണ്ടോ...ഉണ്ടോ...ഉണ്ടോ...!'

'കറുത്ത പൗർണ്ണമി' എന്ന ചിത്രത്തിലെ ഒരു ഗാനത്തിൽ മധുമാസ സന്ധ്യകളെ കവി കാലത്തിന്റെ കന്യകമാരായി സങ്കല്പിക്കുന്നു. മാന ത്തിന്റെ മുറ്റത്ത് മഴവില്ലുകൊണ്ട് അഴകെട്ടുകയാണ് അവരുടെ ജോലി. ആ അഴ(അയ)യിൽ കാർമേഘങ്ങളാകുന്ന വസ്ത്രങ്ങൾ ആ കന്യകമാർ ഉണ ക്കാനിടുന്നു. എത്ര ഹൃദയഹാരിയായ കല്പന!

'മാനത്തിൻ മുറ്റത്ത്
മഴവില്ലാലഴകെട്ടും
മധുമാസ സന്ധ്യകളേ
കാർമുകിലാടകൾ
തോരയിടാൻ വരും
കാലത്തിൻ കന്യകളേ'

ആ സമയത്ത് കന്യകമാർ മടിയിൽ തിരുകിയിരുന്ന സിന്ദൂരച്ചെപ്പ് താഴെ വീണു. മധുമാസ സന്ധ്യയുടെയും ആ സന്ധ്യയ്ക്ക് ആകാശത്തു വിടർന്ന മഴവില്ലിന്റെയും ദൃശ്യം ഇതിനേക്കാൾ ഭംഗിയായി ഏതു കവിക്കാണ് വര യ്ക്കാൻ കഴിയുക.?

'മടിയിൽ തിരുകിയ
സിന്ധൂരച്ചെപ്പതാ
പൊടിമണ്ണിൽ വീണുവല്ലോ
ഒരു കൊച്ചു കാറ്റിനാൽ
നിങ്ങൾ തന്നാടകൾ
അഴപൊട്ടി വീണുവല്ലോ.'

സന്ധ്യയുടെ നിറം ആകാശത്തു പടർന്നപ്പോൾ അസ്തമയ സൂര്യന്റെ 'അവസാനത്തെ ആളിക്കത്തലിൽ' കാർമേഘങ്ങൾ മറഞ്ഞൊഴിയുകയായി. കെ. രാഘവന്റെ സംഗീതസൗഭഗവും ചൂടി ഉയർന്നുനിൽക്കുന്ന ഒരു പ്രശസ്തഗാനം പി. ഭാസ്കരൻ സംവിധാനം ചെയ്ത 'ആദ്യകിരണങ്ങൾ' എന്ന സിനിമയിലുണ്ട്

'പതിവായി പൗർണ്ണമിതോറും
പടിവാതിലിനപ്പുറമെത്തി
കണിവെള്ളരി കാഴ്ചവയ്ക്കും
കനകനിലാവേ'

മഴവില്ലിന്റെ പീലി ചുരുക്കി മറയുന്ന പൊന്മയിലാണ് പകൽ എന്നും ഇരുളുന്ന മാനത്തിന്റെ കരിനീലക്കാടുകൾ തോറും കരിയാമ്പു നുള്ളി നടക്കുന്ന കറുത്ത പെണ്ണാണ് രാത്രിയെന്നും പി. ഭാസ്കരൻ പാടുമ്പോൾ, ഒരു ഭാവഗീതത്തന്റെ നിലയിൽനിന്ന് ഉൽക്കൃഷ്ടമായ കവിതാസ്വരൂപത്തിന്റെ ഉന്നതപീഠത്തിലേക്ക് അത് ഉയർന്നുപോകുന്നു.

കിഴക്ക് സൂര്യനുദിച്ചപ്പോൾ മുരിക്കിൻ തൈയുടെ ചുവട്ടിൽ ചുവന്ന നിറമുള്ള പൂക്കൾ അവിടവിടെയായി കിടന്നു. പഴയ മുല്ലച്ചെടിയിൽനിന്നു സുന്ദരിമാരുടെ പല്ലുകൾ പോലെ വെളുത്ത മുല്ലപ്പൂക്കളും കൊഴിഞ്ഞു കിടന്നു. വെള്ളത്തുണിയണിഞ്ഞ് പള്ളിയിൽ പോകുന്ന പെണ്ണുങ്ങളെപ്പോലെ (ഓശാനനാളിൽ) ആകാശത്ത് വെൺമേഘങ്ങൾ നീങ്ങുന്നു. തൃശൂർ പൂരത്തിന് പല പല നിറങ്ങളിൽ അമിട്ടുപൊട്ടുന്നതുപോലെയാണ് ഈ ഗാനത്തിൽ ബിംബങ്ങൾ ഉയർന്നു വിലസുന്നത്.

"കിഴക്കുദിക്കിലെ ചെന്തെങ്ങിൽ
കരിക്കുപൊന്തിയ നേരത്ത്
മുരിക്കിൻ തയ്യേ നിന്നുടെ ചോട്ടിൽ
മുറുക്കിത്തുപ്പിയതാരാണ്?"

മുരിക്കിൻപൂവുകളെ മുറുക്കാൻ തുപ്പലായിക്കാണുന്ന കവിയുടെ മലയാളിത്തവും ഗ്രാമീണതേജസ്സും ആരെയാണ് ആകർഷിക്കാത്തത്?

ക്രിസ്ത്യൻ സമൂഹം ഇടതിങ്ങിപ്പാർക്കുന്ന ഒരു കേരളഗ്രാമത്തിലെ പ്രഭാതവർണ്ണനയാണ് ഗാനസന്ദർഭം എന്നുകൂടി മനസ്സിലാക്കുമ്പോഴാണ് ഇനിയുദ്ധരിക്കുന്ന വരികളുടെ സാംഗത്യവും സൗന്ദര്യവും എത്ര ഉചിതമാണ് എന്നു നാം കണ്ടെത്തുക.

"മലമുകളിലെ കിറുക്കൻ കാറ്റിന്
കലിയിളകിയകാലത്ത്
മുല്ല വീട്ടിലെ മുത്തശ്ശിത്തള്ളേടെ
പല്ലുകൊഴിച്ചതാരാണ്?
വെള്ളത്തുണിയിട്ടു മാനത്തെ പെണ്ണുങ്ങൾ
പള്ളിയിൽ പോകണ നേരത്ത്
ഓടക്കാട്ടിൽ ഒളിച്ചിരുന്ന്
ഓശാന പാടണതാരാണ്?

കഥാസന്ദർഭത്തോടും കഥയുടെ പ്രാദേശികാന്തരീക്ഷത്തോടും കഥാപാത്രങ്ങളുടെ മാനസികാവസ്ഥയോടും അങ്ങയറ്റം നീതിപുലർത്തി ഗാനങ്ങൾ രചിക്കുമ്പോഴും വരികൾക്കോ ആശയത്തിനോ തെല്ലും മുറിവേൽക്കുന്നില്ല എന്നതാണ് പി. ഭാസ്കരന്റെ രചനാകൗശലത്തിന്റെ മഹത്ത്വം.

പ്രണയനൊമ്പരഭാവത്താൽ പരവശമായ ഹൃദയവുമായി തന്റെ താമരമെത്തയിൽ ഉറക്കം വരാതെ തിരിഞ്ഞും മറിഞ്ഞും കിടക്കുന്ന വിരഹിണിയായി കവി മധുമാസത്തിലെ ചന്ദ്രികയെ കാണുന്നു.

താനേ തിരിഞ്ഞും മറിഞ്ഞും - തൻ
താമരമെത്തയിലുരുണ്ടും
മയക്കം വരാതെ മാനത്തു കിടക്കുന്നു
മധുമാസ സുന്ദര ചന്ദ്രലേഖ !

ആറ്

പ്രണയപർവം

പ്രകൃതി, പ്രണയം, വിരഹം ഇവ മൂന്നും പി. ഭാസ്കരന്റെ രചനകളിൽ നിറഞ്ഞു നില്ക്കുന്ന വിഷയങ്ങളാണ്. പ്രണയത്തിന്റെ രാഗതാളങ്ങളും വിരഹത്തിന്റെ നൊമ്പരവും പകർത്താൻ അദ്ദേഹത്തിന് നിഷ്പ്രയാസം സാധിച്ചത് പ്രകൃതിയെ ഉപാസിച്ചതുകൊണ്ടാണ്. ഒരു വേദിയിൽവച്ച് പ്രശസ്ത സിനിമാ നിർമ്മാതാവും ഭാസ്കരൻമാസ്റ്ററുടെ ആത്മമിത്രവുമായ ശോഭനാ പരമേശ്വരൻ നായർ പറഞ്ഞ വാക്കുകൾ പെട്ടെന്ന് ഓർമ്മയിൽ വരുന്നു.

"ഈ വാർദ്ധക്യത്തിലും 'പ്രണയം' എന്നു കേട്ടാൽ ഭാസ്കരനിലെ കവി സടകുടഞ്ഞെഴുന്നേൽക്കും."

– ശരിയാണ്. പി. ഭാസ്കരൻ മഹാകവി ചങ്ങമ്പുഴയ്ക്കുശേഷം കേരളം കണ്ട ഏറ്റവും മികച്ച പ്രേമഗായകനാണ്. അദ്ദേഹത്തിന്റെ പ്രേമകവിതകളിലൂടെയും പ്രണയഗാനങ്ങളിലൂടെയും മുൻവിധികളില്ലാതെ പര്യടനം നടത്തുന്ന ഏതൊരാൾക്കും പ്രകൃതി എന്ന സുന്ദരി ഒരു നിത്യപ്രണയിനിയാണെന്നു തോന്നിപ്പോകും. ആലങ്കാരികമായി പറഞ്ഞാൽ പ്രകൃതിതന്നെയാണ് പ്രണയം. പ്രണയം തന്നെയാണ് പ്രകൃതി. പ്രണയഗാനങ്ങൾ രചിക്കുമ്പോൾ പി. ഭാസ്കരൻ എന്നും യൗവനത്തിന്റെ തീവ്രാനുഭൂതികളിൽ നീന്തിത്തുടിച്ചു. വാർദ്ധക്യം ശരീരത്തിൽ ആധിപത്യം ചെയ്തകാലത്തും തന്റെ അനുരാഗസങ്കല്പങ്ങൾക്ക് കൗമാരത്തിന്റെയും യൗവനത്തിന്റെയും സൗന്ദര്യവും സൗരഭ്യവും നല്കാൻ അദ്ദേഹത്തിന് നിഷ്പ്രയാസം സാധിച്ചിരുന്നു. എങ്കിൽപ്പിന്നെ യൗവനകാലത്തെ രചനകളുടെ കാര്യം പറയാനുണ്ടോ? പ്രകൃതിയും പ്രണയവും പരസ്പരം ആലിംഗനം ചെയ്ത് ഒന്നായിത്തീരുന്ന കാഴ്ച പി. ഭാസ്കരന്റെ പല ഗീതങ്ങളിലും കാണാം. അദ്ദേഹം യൗവനകാലത്തെഴുതിയ 'അറിയുന്നു ഞാൻ' എന്ന കവിതയിലെ ചില വരികൾ നോക്കുക!

നിന്നെ ഞാൻ ദർശിക്കെ,
നമ്മൾ പരസ്പരം
നിർന്നിമേഷാക്ഷരായ് നോക്കിനിൽക്കെ
ചുണ്ടുവിടർത്താത്ത ഭാഷയാൽ നീ നിന്റെ
വിണ്ടല സംഗീതമാലപിക്കെ
മാനവഭാഷതന്നർത്ഥമില്ലായ്മയെ
ഞാനറിയുന്നിതെന്നോമലാളേ
അന്ത്യം മുഖത്തൊരുമന്ദഹാസാബ്ജമായ്-
പ്പൊന്തി നിൻ ചിത്തം വിരിഞ്ഞിടുമ്പോൾ
ഞാനറിയുന്നിതു രാവിൽ വിടർന്നിടും
കാനന കൈരവ സൗഭഗത്തെ
തങ്കം, നിൻ കണ്ഠത്തിൽ
നിന്നു നീ തൂവുന്ന
സംഗീതപീയൂഷവാഹിനിയിൽ
ഹാ വർത്തമാനത്തിൻ
പാഴായ താഴ്‌വാരം
പൂവനമായിച്ചിരിച്ചിടുമ്പോൾ
സങ്കല്പശക്തികളെന്തിനു ലഭ്യമാ-
യെൻ കരളിന്നെന്നറിയുന്നു ഞാൻ.

മൗനത്തിന്റെ വാചാലത, ദൃഷ്ടിയുടെ അഗാധത, നിശ്ചലതയിൽ അലയടിക്കുന്ന ചലനാത്മകത - ഇവയെല്ലാം പ്രണയിക്കുന്നവർക്കു മാത്രമേ മനസ്സിലാകൂ. 'പൂവുകളെല്ലാം കൊഴിഞ്ഞു മാഞ്ഞ പൂവനത്തിൽ പാടാൻ മറന്ന രണ്ടു കുയിലുകളെപ്പോലെ നിശ്ശബ്ദരായി, നിർന്നിമേഷാക്ഷരായി, നിശ്ശൂന്യചിത്തരായി അന്യോന്യം നോക്കിനിൽക്കാനും വേർപിരിയാൻ തീരുമാനിച്ച കാമുകീകാമുകന്മാർക്കു മാത്രമേ കഴിയൂ. അപ്പോൾ അവർ പൂന്തോട്ടം നടത്തിയ ഫുല്ലമായ സദ്യയിൽ മുന്തിരിപ്പാത്രങ്ങൾ നിറഞ്ഞു തെറിച്ച രണ്ടു ബിന്ദുക്കളായി മാറുന്നു. (കവിത : 'വഴിത്തിരിവിൽ')

- രാമു കാര്യാട്ട് ആദ്യമായി സ്വതന്ത്ര സംവിധായകനായ ചിത്രമാണ് 'മിന്നാമിനുങ്ങ്'. 'രാരിച്ചൻ എന്ന പൗരനി'ൽ പി. ഭാസ്കരൻ ചെയ്തതു പോലെ രാമുകാര്യാട്ടും തന്റെ പ്രഥമ ചിത്രത്തിൽ പുതുമുഖങ്ങളെയാണ് അവതരിപ്പിച്ചത്. മലയാള ചലച്ചിത്രസംഗീതത്തിന് അനശ്വരമായ സംഭാവനകൾ ആവോളം നല്കി അകാലത്തിൽ മറഞ്ഞുപോയ എം. എസ്. ബാബുരാജ്, പി. ഭാസ്കരന്റെ ശുപാർശപ്രകാരം ഈ ചിത്രത്തിൽ സംഗീതസംവിധായകനായി.

മലയാള ചലച്ചിത്രസംഗീതത്തിൽ ഉത്തരേന്ത്യൻ സംഗീത ശൈലിയുടെ പൂന്തേൻതുള്ളികൾ അലിയിച്ച സംഗീതജ്ഞനായാണല്ലോ ബാബുരാജ് പൊതുവെ അറിയപ്പെടുന്നത്.

'ഗസൽ', 'ഖവ്വാലി' തുടങ്ങിയ സംഗീതശൈലികൾ മലയാളത്തിൽ പ്രചാരത്തിൽ കൊണ്ടുവന്നത് ബാബുരാജാണെന്ന വസ്തുത ശരിയാണുതാനും. പക്ഷേ, 'മിന്നാമിനുങ്ങി'ലെ എല്ലാ ഗാനങ്ങളിലും മലയാളത്തിനു പരിചിതമായ ലളിതസംഗീതശൈലിയാണു നിറഞ്ഞു നിന്നത്. തികഞ്ഞ കാവ്യാസ്വാദകൻ കൂടിയായ രാമുകാര്യാട്ടിനുവേണ്ടി സഹപ്രവർത്തകനും ആത്മസുഹൃത്തുമായ പി. ഭാസ്കരൻ രചിച്ച എല്ലാ ഗാനങ്ങളും അതിമനോഹരങ്ങളായിരുന്നു.

"ഇത്രനാളിത്രനാളീ വസന്തം
പിച്ചകമൊട്ടിലൊളിച്ചിരുന്നു - ഒരു
പിച്ചകമൊട്ടിലൊളിച്ചിരുന്നു.
പാരിൽ പരക്കുമീ സൗരഭം - വെറും
പനിനീരിതളിൽ പതുങ്ങിനിന്നു."

എന്ന വരികളിൽ നിറയുന്ന ഭാവപൂർണ്ണിമ എത്ര ഹൃദയഹാരിയാണ്!

ഇന്നു ഞാൻ കാണും
കിനാക്കൾ വെറും രണ്ടു
കണ്ണുകൾക്കുള്ളിൽ
ഒളിച്ചിരുന്നു......
എന്നും,
വാർമഴവില്ലിന്റെ ഭംഗികൾ
ആ രണ്ടു തൂമഴത്തുള്ളിയിൽ
തങ്ങിനിന്നു...

എന്നും കവി തുടർന്നു പാടുമ്പോൾ പ്രകൃതിയും പ്രണയവും പരസ്പരം അലിഞ്ഞുചേരുന്ന അമോഘദർശനം പീലിവിടർത്തിയാടുന്നു.

'ഉയരുമീ ഗാനങ്ങൾ
    ഇന്നുവരേക്കുമാ
കുയിലിന്റെ നെഞ്ചിൽ
    കുടുങ്ങിനിന്നു
വിണ്ണിൽ തെളിയുമാ
    താരത്തിൻ ഭംഗിയീ
മിന്നാമിനുങ്ങിൽ
    പതുങ്ങി നിന്നു.'

നക്ഷത്രത്തിന്റെ തിളക്കത്തിലും ഭൂമിയിലെ ചെറുജീവിയായ മിന്നാമിനുങ്ങിന്റെ നുറുങ്ങുവെട്ടത്തിലും തിളങ്ങുന്ന പ്രകാശം ഒന്നുതന്നെയാണെന്നു പറഞ്ഞ് കവി പ്രണയത്തെ പ്രപഞ്ചത്തോളം ഉയർത്തുന്നു.

പ്രണയവിരഹത്തിന്റെ ഗാഥ പാടുമ്പോൾ പി. ഭാസ്കരൻ ഏകാന്തപഥികനായി മാറുന്നു. 'താമസമെന്തേ വരുവാൻ', 'പ്രാണസഖി ഞാൻ വെറുമൊരു പാമരനാം പാട്ടുകാരൻ', 'കണ്ണീരും സ്വപ്നങ്ങളും വില്ക്കുവാനായ് വന്നവൻ ഞാൻ, 'വാസന്ത പഞ്ചമിനാളിൽ വരുമെന്നൊരു കിനാവു കണ്ടു...' 'പൊൻ കിനാവിൻ, പുഷ്പരഥത്തിൽ പോയ്‌വരൂ നീ......' തുടങ്ങിയ പാട്ടുകൾ നമ്മുടെ ഓർമ്മകളിൽനിന്ന് മുത്തുമണികൾപോലെ അടർന്നു വീഴും.

തളിർമരമിളകി -നിന്റെ
തങ്കവള കിലുങ്ങിയല്ലോ
പൂഞ്ചോലക്കടവിൽ നിന്റെ
പാദസരം കുലുങ്ങിയല്ലോ
പാലൊളിച്ചന്ദ്രികയിൽ നിൻ
മന്ദഹാസം കണ്ടുവല്ലോ
പാതിരാക്കാറ്റിൽ നിന്റെ
പട്ടുറുമാലിളകിയല്ലോ!

കാവ്യബിംബങ്ങളും ശബ്ദാലങ്കാരവും അർത്ഥാലങ്കാരവും ഒത്തുചേർന്നൊഴുകുന്ന ഈ മധുരവാങ്മയ പ്രവാഹിനിയെ മറവിയുടെ മൺകൂനകൾക്കും അരസികന്റെ അജ്ഞതയ്ക്കും തടഞ്ഞുനിർത്താനാവുമോ? അറബിക്കടലിനെ മണവാളനായും കരയെ മണവാട്ടിയായും സങ്കല്പിച്ച് പ്രണയഗാനങ്ങളെഴുതാൻ മലയാളത്തിൽ പി. ഭാസ്കരനല്ലാതെ മറ്റാർക്കാണ് പ്രചോദനം ലഭിക്കുക! ഈ വധുവും വരനും പണ്ടു പണ്ടേ പായിലിരുന്ന് പകിടയുരുട്ടിക്കളിക്കുകയാണ് എന്നുകൂടി പറഞ്ഞുവച്ചിരിക്കുന്നു.

കടലല നല്ല കളിത്തോഴൻ
കാറ്റോ നല്ല കളിത്തോഴി
കരയുടെ മടിയിൽ രാവും പകലും
കക്ക പെറുക്കിക്കളിയല്ലോ...
നീളെപ്പൊങ്ങും തിരമാല
നീലക്കടലിൻ നിറമാല
കരയുടെ മാറിലിടുമ്പോഴേക്കും
മരതകമുത്തണി മലർമാല...

'ഭാർഗ്ഗവീനിലയം' എന്ന ചിത്രത്തിലെ പ്രേമകഥയിലെ ദുരന്തത്തിന് സൂക്ഷ്മദൃക്കായ കവി ഒരു അടിവരയിട്ടുകൊണ്ടാണ് ഈ ഗാനം അവസാനിപ്പിക്കുന്നത്. ഇവിടെയാണ് പി. ഭാസ്കരനിലെ ഗാനരചയിതാവിന്റെ വ്യക്തിത്വം ഏറെ തിളങ്ങുന്നതും.

'കാറ്റു ചിക്കിയ തെളിമണലിൽ
കാലടിയാൽ നീ കഥയെഴുതി
വായിക്കാൻ ഞാനണയും മുമ്പേ
വൻതിര വന്നതു മായ്ച്ചല്ലോ.'

പ്രണയത്തിന്റെ തത്ത്വശാസ്ത്രത്തിൽ പി. ഭാസ്കരൻ സഞ്ചരിച്ചത് മഹാകവി കുമാരനാശാന്റെ പാതയിലൂടെയാണ്. 'മാംസനിബദ്ധമല്ല രാഗം' എന്നു പാടിയ മഹാകവിയുടെ പക്ഷത്താണ് പി. ഭാസ്കരന്റെ നില. അമിത ലൈംഗികതയുടെ ഒരു കണികപോലും അദ്ദേഹത്തിന്റെ പ്രണയഗാനങ്ങളിൽ നമുക്കു കണ്ടെത്തനാവുകയില്ല. പി. ഭാസ്കരന്റെ പ്രണയപ്രപഞ്ചത്തിൽ പരിത്യക്തനായ കാമുകൻപോലും പ്രിയയെ തള്ളിപ്പറയുകയില്ല. മറിച്ചും അങ്ങനെ ത്തന്നെ.

ഒടുവിൽ 'അവൾ' വന്നെത്തുമ്പോൾ ചൂടിക്കാനായി ഒരു പുഷ്പമെങ്കിലും പൂങ്കുലയിൽ നിർത്തുന്ന കാമുകനാണവൻ. അവളാകട്ടെ,

ഓരോരോ കാലടി ശബ്ദം
ചാരത്തെ വഴിയിൽ കേൾക്കെ
ചോരുന്ന കണ്ണീരൊപ്പി
ഓടിച്ചെല്ലുന്നവളും

കാമുകീകാമുകന്മാർ വേർപിരിഞ്ഞുപോയാലും പ്രണയത്തിന്റെ ഉറവ വരണ്ടുപോകുന്നില്ല. അവൾ ഒരിക്കൽ തന്റെ മുമ്പിൽ വരുമെന്ന് അവൻ വിശ്വസിക്കുന്നു. അവൾ വരുമ്പോൾ ആ ചെവിയിൽ മൂളിക്കൊടുക്കാനായി ഒരു സ്വരം അവൻ ഹൃദയതന്ത്രിയിൽ സൂക്ഷിക്കുകയും ചെയ്യുന്നു. ഇല്ലായ്മയിൽപ്പോലും സ്വപ്നങ്ങളുടെ കൊട്ടാരങ്ങൾ തീർക്കാൻ പ്രണയം എന്ന മായാവിക്കേ കഴിയൂ. ഗാനലോക വീഥികളിൽ പുല്ലാങ്കുഴലൂതി നടക്കുന്ന പാമരനായ ആട്ടിടയനുമുണ്ട് പ്രത്യാശ. പ്രണയിനി കൂടെയുണ്ടെങ്കിൽ ഏതു കുടിലും മണിമാളികയാക്കിത്തീർക്കാൻ അവനു സാധിക്കും.

എങ്കിലുമെന്നോമലാൾക്കു
താമസിക്കാനെൻ കരളിൽ
തങ്കക്കിനാക്കൾ കൊണ്ടൊരു
താജ്മഹൽ ഞാനുയർത്താം.

മായാത്ത മധുരഗാന
മാലിനിയുടെ കല്പടവിൽ
കാണാത്ത പൂങ്കുടിലിൽ
കണ്മണിയെ കൊണ്ടുപോകാം.

മധുരപദങ്ങളും ബിംബങ്ങളും അക്ഷരങ്ങളുടെ താളവും അനുയോജ്യമായ വിധത്തിൽ സംഗമിച്ചൊഴുകുന്ന ആ സംഗീതനിർഝരിയുടെ ചാരുതയെ, ഗഹനതയെ, എത്ര പ്രശംസിച്ചാലും അധികമാവുകയില്ല.

പൊന്തിവരും സങ്കല്പത്തിൻ
പൊന്നശോക മലർവനിയിൽ
ചന്തമെഴും ചന്ദ്രികതൻ
ചന്ദനമണി മന്ദിരത്തിൽ
സുന്ദരവസന്തരാവിൻ
ഇന്ദ്രനീല മണ്ഡപത്തിൽ
എന്നുമെന്നും താമസിക്കാൻ
എന്റെ കൂടെ പോരുമോ നീ?

രചനാശൈലിയിൽ 'പ്രാണസഖി'യോടടുത്തു നിൽക്കുന്ന മറ്റൊരു പ്രശസ്ത ഗാനമാണ് 'മനസ്വിനി' എന്ന സിനിമയിലെ 'കണ്ണീരും സ്വപ്നങ്ങളും.' എങ്കിലും രണ്ടും എത്ര വ്യത്യസ്തം. സ്വന്തം ശൈലി നിലനിർത്തിക്കൊണ്ടുതന്നെ സന്ദർഭസാമ്യമുള്ള പാട്ടുകളുടെ തലങ്ങൾ വ്യത്യസ്തമാക്കാൻ ഭാസ്കരൻ മാസ്റ്റർക്കുള്ള കഴിവ് ഒന്നു വേറെത്തന്നെയായിരുന്നു.

ഇവിടെ കാമുകി ധനികയും കാമുകൻ നിർദ്ധനനുമാണെന്ന കാര്യത്തിനു മുൻതൂക്കം നല്കുന്നു, കവി.

കണ്മഷിയും കുങ്കുമവും
കരിവളയും വാങ്ങിടുവാൻ
കൺമണി നീയോടി വന്നു
പൊൻപണമായ് മുന്നിൽനിന്നു
ജീവിതമെന്നാൽ നിനക്കൊരു
മാതളപ്പൂമലർവനം താൻ
ജീവിതമിപ്പാവങ്ങൾക്കോ
പാദം പൊള്ളും പാഴ്മരുതാൻ.

സമ്പന്നനായ കാമുകിയുടെ ദൃഷ്ടിയിൽ ആകാശ താരകൾ പ്രേമപൂജാമാലികകളാണ്. പക്ഷേ, താഴെ നിൽക്കുന്ന ദുഃഖിതന് അത് ഭൂമിയുടെ കണ്ണുനീർ ഭാരമാണ്.

ഏഴ്

ഗൃഹാതുരത്വം

പഴയ മലയാളിയെയും പുതിയ മലയാളിയെയും ഒരുപോലെ ഗൃഹാതുരത്വത്തിലാഴ്ത്തുന്ന വരികൾ എത്ര വേണമെങ്കിലും പി. ഭാസ്കരന്റെ ഗാനഖജനാവിൽ കണ്ടെത്താൻ കഴിയും. നമ്മുടെ ഗ്രാമങ്ങളിൽ ഇന്നും അല്പമാത്രമായെങ്കിലും അവശേഷിച്ചിട്ടുള്ള വിശുദ്ധിയും നഗരങ്ങളിൽ വളർന്നുകൊണ്ടിരിക്കുന്ന അശുദ്ധിയും ഭാസ്കര രചനകൾക്ക് വിഷയമായിട്ടുണ്ട്.

'ഗ്രാമത്തിൻ ഹൃദയമേ
സ്നേഹത്തിൻ നിലയം
ആനന്ദം അലതല്ലും
ക്ഷേമാലയം - ഹാ
പാരിതിൽ ശാന്തിതൻ നിലയം'

എന്നിങ്ങനെ 'ആശാദീപം' എന്ന ആദ്യകാല ചിത്രത്തിൽ കേരളഗ്രാമത്തിന്റെ ചിത്രം അദ്ദേഹം മനോഹരമായി വരച്ചിട്ടിട്ടുണ്ട്. പൂന്തെന്നലിലാടി, നല്ല പൊന്മണി തേടി പാടത്തു പാറിനടക്കുന്ന മാടപ്പിറാവു പാടുന്നത് ഗ്രാമത്തിന്റെ ഗാനമാണെന്ന് കവി പറയുന്നു. മണ്ണിന്റെ മനസ്സിലെ ഗുണമാണ് കനകമായി വിളയുന്നത്. വിയർപ്പൊഴുക്കി മണ്ണു പൊന്നാക്കി മാറ്റുന്ന കർഷകനാണ് ഈ സൗഭാഗ്യത്തിനു കാരണക്കാരൻ. മരുഭൂമിയെപ്പോലും മായാമോഹനമാക്കാൻ അവനു കഴിവുണ്ട്.

തിരുവോണത്തെക്കുറിച്ച് മലയാളത്തിൽ വന്ന ആദ്യ ചലച്ചിത്രഗാനവും പി. ഭാസ്കരനാണ് രചിച്ചത്.

പൊൻതിരുവോണം വരവായ്
പൊൻതിരുവോണം
സുമ സുന്ദരിയായ് വന്നണഞ്ഞു
പൊൻതിരുവോണം..

മാവേലിതൻ മോഹനമാം
പൊൻകൊടി പോലെ
ചാഞ്ചാടിടുന്നു പാടങ്ങളിൽ
ചെങ്കതിർ ചാലേ...! (ചിത്രം : അമ്മ (1952)

ഓടി നടക്കുന്ന പൂങ്കാറ്റിനോട് ഒരു വട്ടി പൂവു ചോദിക്കുന്ന ഗ്രാമീണ ബാലികയെയും മിന്നാമിനുങ്ങിനെക്കണ്ട് ചൂട്ടും വീശി പാതിരാവിൽ ഗാട്ടു പോകുന്ന മൂപ്പരേ...എന്നു വിളിക്കുന്ന അനാഥബാലനെയും പി. ഭാസ്കരന്റെ ഗാനങ്ങളിൽ കാണാം.

'പൊന്നണിഞ്ഞിട്ടില്ല ഞാൻ
പൊട്ടുകുത്തീട്ടില്ല ഞാൻ
എന്തിനാണ് എന്നെ നോക്കി
കണ്ണുകൊണ്ടൊരു മയിലാട്ടം?'

എന്ന് തന്റെ കാമുകനോടു ചോദിക്കുന്ന ഗ്രാമീണപ്പെൺകൊടിയുടെ മനസ്സിന്റെ നിഷ്ക്കളങ്കത ആ കവിതയുടെ ചാരുതയായി പരിണമിക്കുന്നു. (ചിത്രം: നായരു പിടിച്ച പുലിവാല്).

'മഞ്ഞണിപ്പൂനിലാവ് പേരാറ്റിൻ കടവിൽ മഞ്ഞളരച്ചുവച്ച് നീരാടുന്ന' കാഴ്ച കാണിച്ചു തരുന്ന കവി തന്നെയാണ് നഗരത്തിന്റെ ഭീകരതയും തന്റെ പാട്ടിലൂടെ നമുക്കു കാട്ടിത്തന്നത്.

'നഗരം നഗരം
മഹാസാഗരം....മഹാസാഗരം....
കളിയും ചിരിയും മേലേ
ചളിയും ചൂഴിയും താഴേ
പുറമേ പുഞ്ചിരി
ചൊരിയും സുന്ദരി
പിരിയാൻ വിടാത്ത കാമുകി' (ചിത്രം : നഗരമേ നന്ദി)

വളരെക്കുറച്ചു പറഞ്ഞ് വളരെ വലിയ ആശയം ആവിഷ്ക്കരിക്കാൻ പി. ഭാസ്കരനുള്ള കഴിവിന് ഉത്തമോദാഹരണമാണ് മേൽപ്പറഞ്ഞ ഗാനം. "കളിയും ചിരിയും മേലേ; ചളിയും ചൂഴിയും താഴേ" എന്ന പ്രയോഗത്തിലൂടെ നഗരജീവിതത്തിലെ വൈരുദ്ധ്യങ്ങളും വൈജാത്യങ്ങളും ദൈന്യതയും ഭീകരതകളും സൗന്ദര്യങ്ങളും വൈരൂപ്യങ്ങളും എല്ലാം അദ്ദേഹം ഭംഗിയായി പകർത്തിയിരിക്കുന്നു.

കോഴിക്കോട് ദേശാഭിമാനിയിലും ആകാശവാണിയിലും ജോലി ചെയ്തിരുന്ന പി. ഭാസ്കരൻ 'ജയകേരളം' എന്ന പ്രസിദ്ധീകരണത്തിന്റെ സഹപത്രാധിപരായിട്ടാണ് മദിരാശിയിലെത്തുന്നതും തുടർന്ന് സിനിമയുമായി ബന്ധം സ്ഥാപിക്കുന്നതും. കേരള സംഗീതനാടക അക്കാദമി സെക്രട്ടറിയായി ഇടയ്ക്ക് വീണ്ടും കേരളത്തിലെത്തിയെങ്കിലും സിനിമ എന്ന മാധ്യമത്തോടുള്ള അനുരാഗം അദ്ദേഹത്തെ പിന്നെയും മദിരാശിയിലെത്തിച്ചു. അതിനുശേഷം ഏറെക്കാലം മദിരാശിയിലാണ് അദ്ദേഹം ജീവിച്ചത്. മലയാളത്തിന്റെ സൗന്ദര്യവും ശാലീനതയും എന്നും ഹൃദയത്തിൽ സൂക്ഷിച്ച പി. ഭാസ്കരൻ പ്രവാസിയുടെ ഹൃദയതാളവും തന്റെ ഗാനങ്ങളിൽ ലയിപ്പിക്കുകയുണ്ടായി. മറുനാടൻ മലയാളികൾ എല്ലാക്കാലത്തും ഏറ്റുപാടുകയും അവരുടെ ആത്മാവിന്റെ ഭാഗമായിസ്വീകരിക്കുകയും ചെയ്ത അനവധി ഗാനങ്ങളുണ്ട്, അദ്ദേഹത്തിന്റേതായി.

മാമലകൾക്കപ്പുറത്ത്
മരതകപ്പട്ടുടുത്ത്
മലയാളമെന്നൊരു നാടുണ്ട്-
കൊച്ചു
മലയാളമെന്നൊരു നാടുണ്ട്.

എന്ന മധുരഗാനത്തിലെ വരികൾ മൂളി നടക്കാത്ത പ്രവാസികളുണ്ടോ! കാടും തൊടികളും കനകനിലാവത്ത് കൈകൊട്ടിക്കളിക്കുന്ന സ്വന്തം നാടിനെയോർത്ത് അഭിമാനം കൊള്ളാത്ത ഏതു മലയാളിയാണുള്ളത്. 'നിണമണിഞ്ഞ കാല്പാടുകൾ' എന്ന ചിത്രത്തിലെ ഈ ഗാനത്തേക്കാൾ ഒരു പടികൂടി ഉയർന്നുനിൽക്കുന്ന പാട്ടാണ് പി. ഭാസ്കരൻ 'തുറക്കാത്ത വാതിലി'നുവേണ്ടി എഴുതിയത്.

'നാളികേരത്തിന്റെ
നാട്ടിലെനിക്കൊരു
നാഴിയിടങ്ങഴി മണ്ണുണ്ട് - അതിൽ
നാരായണക്കിളി-
ക്കൂടുപോലുള്ളൊരു
നാലുകാലോലപ്പുരയുണ്ട്.....'

ജീവിതമാർഗ്ഗം തേടി മറുനാട്ടിൽ പോയി ജോലി ചെയ്യുന്നവൻ എത്ര അഭിമാനത്തോടെയാണ് നാളികേരത്തിന്റെ നാടിനെയും അവിടെ കിളിക്കൂടുപോലെയുള്ള തന്റെ നാലുകാലോലപ്പുരയെയും ഓർമ്മിക്കുന്നത്.

'ഉണരുണരൂ...ഉണ്ണിപ്പൂവേ....' എന്ന പ്രശസ്ത ഗാനത്തിലൂടെ കേരള ഗ്രാമത്തിന്റെ ചിത്രം മറ്റൊരു രീതിയിൽ അദ്ദേഹം വരച്ചിട്ടിരിക്കുന്നു. കരിക്കൊടിയുടെ തണലത്ത് കാട്ടിലെ കവിതകേട്ടുറങ്ങുന്ന പൂവും, കാലിന്മേൽ തളയിട്ടു തുള്ളുന്ന തിരയും കാവടിയാടുന്ന കാറ്റും ഒരു തോണിക്കാരിപ്പെണ്ണിന്റെ ഗ്രാമീണദൃഷ്ടിയിലൂടെ ഇതൾ വിടർത്തുന്നു. വെയിലിൽ ചന്ദനച്ചോലയായി മാറുന്ന ചാലക്കുടിപ്പുഴയെപ്പറ്റിയും കന്നിരാവിന്റെ കളഭക്കിണ്ണം (പൂർണ്ണചന്ദ്രൻ) വീണ പൊന്നാനിപ്പുഴയെപ്പറ്റിയും കളഭത്തിൽ മുങ്ങിവരുന്ന വൈശാഖരജനിയെപ്പറ്റിയും വാസന്തറാണിക്കു വനമാല കോർക്കാനായി മാനത്തു തെളിയുന്ന മഴവില്ലിനെപ്പറ്റിയും പി. ഭാസ്കരൻ പാടുന്നു. പ്രവാസികളുടെ മനസ്സ് ആ വരികളിലൂടെ സ്വന്തം നാടിന്റെ തനിമയറിയുന്നു. ആ ഭാവനയുടെ ചിറകുകളിൽ അവർ സ്വന്തം നാട്ടിലേക്കു പറക്കുന്നു.

ഓരോ മലയാളിയും ഭാരതത്തെക്കുറിച്ചും കേരളത്തെക്കുറിച്ചും അഭിമാനം കൊള്ളണമെന്നാണല്ലോ മഹാകവി വള്ളത്തോൾ പാടിയിട്ടുള്ളത്. കൗമാരകാലത്തുതന്നെ സ്വാതന്ത്ര്യസമര സേനാനിയായി സമരമുഖത്തിറങ്ങിയ പി. ഭാസ്കരന്റെ വിപ്ലവഗാനങ്ങളെപ്പോലെത്തന്നെ ശക്തിയുള്ളവയാണ് അദ്ദേഹത്തിന്റെ ദേശഭക്തി ഗാനങ്ങളും.

'ഭാരതമെന്നാൽ പാരിൻനടുവിൽ
കേവലമൊരു പിടി മണ്ണല്ല
ജനകോടികൾ നമ്മെ നാമായ് മാറ്റിയ
ജന്മഗൃഹമല്ലോ..

എന്ന ഗാനത്തിന്റെ ഭാവതീവ്രതയുള്ള മറ്റൊരു ദേശഭക്തിഗാനം മലയാളത്തിലുണ്ടോ എന്നു സംശയമാണ്. നാം അടിമത്തത്തിൽ കഴിഞ്ഞ കാര്യവും സ്വാതന്ത്ര്യലബ്ധിക്കുശേഷം രാഷ്ട്രം കെട്ടിപ്പടുക്കുന്ന കാര്യത്തിൽ ജനങ്ങൾ വഹിക്കേണ്ട പങ്കിന്റെ കാര്യവും ലളിതമായ ഭാഷയിൽ കവി പറയുന്നു.

തുടങ്ങിവെച്ചു നാമൊരു കർമ്മം
തുഷ്ടി തുളുമ്പും ജീവിതധർമ്മം
സ്വതന്ത്രഭാരത വിശാലഹർമ്മ്യം
സുന്ദരമാക്കും നവകർമ്മം.

എന്ന വരികളിലും

കൂരകൾതോറും
നമ്മുടെ കൈത്തിരി
കൂരിരുൾ കീറി മുറിക്കട്ടെ

അടിപതറാതീ ജനകോടികൾ പുതു
പുലരിയിലേക്കു കുതിക്കട്ടെ...

എന്ന വരികളിലും ഒരു ജനമുന്നേറ്റത്തിന്റെ ഭാവവും ലയവും താളവും സന്നിവേശിപ്പിച്ചിരിക്കുന്നു, ഭാസ്കരൻ മാസ്റ്റർ ആദ്യകാലത്തെഴുതിയ

'കാണുകെൻ കരവാൾ - കരാളം
കാണുകെൻ കരവാൾ
പൗരശക്തിതൻ പടവാളാൽ
തൂവിയർപ്പിൽ തേച്ചൊരുവാൾ
നൂതന മോഹന ലോകമിതിനാൽ
സ്ഥാപിക്കും നാം'

എന്ന ഗാനത്തിലും

'വരുമോ രണഭൂമിയിൽ -
സോദരാ
തവമാതൃഭൂവിൻ
നെറ്റിത്തടത്തിൽ
വിജയത്തിൻ കുങ്കുമം
ചാർത്താൻ'

എന്ന ഗാനത്തിലും അലയടിച്ച ആവേശം തന്നെയാണ് സിനിമയ്ക്കുവേണ്ടിയും അല്ലാതെയും അദ്ദേഹം രചിച്ച ദേശഭക്തി ഗാനങ്ങൾക്കും ചൈതന്യം പകരുന്നത്.

അറബിക്കടലിലൊരലയടിച്ചാൽ
അറുപതു കോടികളുണരേണം
വംഗക്കടലിൽ കാറ്റടിച്ചാൽ
ഇന്ത്യ മുഴുക്കെയുയരേണം

എന്നും

കാശ്മീരിൽ ഒരു പൂവിരിഞ്ഞാൽ
കന്യാകുമാരി ചിരിക്കേണം
രാജസ്ഥാനിൽ
വെയിലെരിഞ്ഞാൽ
രാജ്യത്തിന്നുടൽ പൊള്ളേണം.

എന്നും പാടി അദ്ദേഹം ദേശീയോദ്ഗ്രഥനത്തിന് ആഹ്വാനം ചെയ്യുന്നു.

പഞ്ചനദ*ത്തിൽ പാട്ടുണർന്നാൽ
പശ്ചിമബംഗാളാടേണം.
മലയാളത്തിൽ മഴപെയ്താൽ
മന്ദാകിനി നദി കവിയേണം.
ജനകോടികളുടെ ഹൃദയത്തിൽ
ദേശപ്രേമധമനികളിൽ
പുതുപുതുഗംഗകൾ
യമുനകളൊഴുകി
പുതിയൊരു ഭാരതമുയരട്ടെ.

എന്നു പാടിയ ആ മഹാനായ കവിക്ക് അവസാനകാലത്ത് ഓർമ്മ നഷ്ടപ്പെട്ടത് മാറാടു കലാപം പോലെയുള്ള വാർത്തകൾ, അദ്ദേഹം അറിയാതിരിക്കട്ടെ എന്ന് കാലം തീരുമാനിച്ചതിനാലാവുമോ?

'അല്ലിയാമ്പൽക്കടവുകളി'ലും അറബിക്കടൽത്തിരകളിലും മലയാളികൾ മതത്തിന്റെയും പാർട്ടികളുടെയും പേരിൽ ഒഴുക്കുന്ന രക്തത്തിന് അളവില്ലാതായിരിക്കുന്ന ഈ കാലഘട്ടത്തിൽ സ്മൃതി അപ്രകാരം അദ്ദേഹത്തെ അനുഗ്രഹിക്കാനായി ചിന്തയുടെ കവാടം അടച്ചുകളഞ്ഞതാകാം.

* പഞ്ചനദം = പഞ്ചാബ്

എട്ട്

നർമ്മത്തിന്റെ മർമ്മം

പ്രത്യക്ഷത്തിൽ ഗൗരവക്കാരനായ ഭാസ്കരൻ മാസ്റ്ററുടെ ഹൃദയം തികഞ്ഞ നർമ്മബോധത്തിന്റെ വിളനിലമായിരുന്നു. ലളിതമായ ഭാഷയിൽ ഉയർന്ന നിലവാരമുള്ള ഫലിതമാണ് തന്റെ പാട്ടുകളിലൂടെ അദ്ദേഹം ശ്രോതാക്കൾക്കു പകർന്നു നൽകിയത്. സമപ്രായക്കാരായ ഉറ്റസുഹൃത്തുക്കളുമായി സംസാരിക്കുമ്പോഴും അദ്ദേഹം രസകരമായ ഫലിതങ്ങൾ പറയുമായിരുന്നു എന്നു കേട്ടിട്ടുണ്ട്. അങ്ങനെയുള്ള സമയങ്ങളിൽ നർമ്മത്തിലെ ശ്ലീലവും അശ്ലീലവും വേർതിരിച്ചു കാണാൻ അദ്ദേഹം ശ്രമിച്ചിട്ടില്ല എന്നും ചില മിത്രങ്ങൾ പറയുന്നു. എന്നാൽ തന്റെ രചനകളിൽ അശ്ലീലത്തിന്റെ കണികപോലും കലരരുതെന്ന നിർബന്ധം അദ്ദേഹത്തിനുണ്ടായിരുന്നു. ഹാസ്യകഥകൾ പറയുന്ന കാര്യത്തിൽ നമ്മുടെ കെ. രാഘവൻ മാസ്റ്ററും ഒട്ടും പിന്നിലല്ല. ഈ രണ്ടു പ്രതിഭാശാലികളുടെ കൂട്ടുകെട്ടിൽ പുറത്തുവന്ന പല ഗാനങ്ങളും കാലപ്പഴക്കത്തിലും ഒളിമങ്ങാത്ത ക്ലാസ്സിക്കുകളായി നിലകൊള്ളുന്നു.

സർക്കസ്സുമായി ബന്ധപ്പെട്ടു പ്രവർത്തിക്കുന്ന തൊഴിലാളികളുടെ ജീവിതം പശ്ചാത്തലമാക്കി നിർമ്മിക്കപ്പെട്ട ആദ്യത്തെ മലയാളചിത്രമാണ് ടി.ഇ. വാസുദേവൻ നിർമ്മിച്ച നായരുപിടിച്ച പുലിവാൽ! ഉറൂബിന്റെ തിരക്കഥയും പി. ഭാസ്കരന്റെ സംവിധാനവും കെ. രാഘവന്റെ സംഗീതവും ഈ ചിത്രത്തെ ശ്രദ്ധേയമാക്കി. പി. ഭാസ്കരൻ എഴുതി കെ. രാഘവൻ ഈണം പകർന്ന ഈ ചിത്രത്തിലെ ഒരു ഗാനം മലയാളികൾ സിനിമയിൽ കേട്ട ആദ്യത്തെ 'ഖവാലി' ഗാനമാണ്.

'കാത്തുസൂക്ഷിച്ചൊരു
കസ്തൂരി മാമ്പഴം
കാക്ക കൊത്തിപ്പോകും
അയ്യോ– കാക്കച്ചികൊത്തിപ്പോകും

നോക്കിവച്ചൊരു
കാരകാരപ്പഴം
നോട്ടം തെറ്റിയാൽ പോകും.
നിന്റെ നോട്ടം തെറ്റിയാൽ പോകും.'

എന്നു തുടങ്ങുന്ന ഈ ഹാസ്യഗാനത്തിൽ നിറഞ്ഞുകവിയുന്ന നർമ്മരസവും ചിന്താധാരയും കേട്ടുമറക്കാനുള്ളതല്ല. കാര്യം കളിയായി അവതരിപ്പിക്കുന്ന കവിയുടെ സ്വഭാവം പ്രകടമാകുന്ന മികച്ച രചനകളിലൊന്നാണീ ഗാനം. നട്ടുനനച്ചു വളർത്തിയ പൂച്ചെടി മുട്ടനാടെത്തി തിന്നുമെന്നും കൂട്ടിനുള്ളിലെ കോഴിക്കുഞ്ഞിനെ കാട്ടുകുറുക്കൻ കക്കുമെന്നും മുന്നറിയിപ്പു നല്കുന്ന കവി ആ ഗാനം അവസാനിപ്പിക്കുന്നത് എത്ര ഹൃദയാവർജ്ജകമായ രീതിയിലാണെന്നു നോക്കൂ...

'കാച്ചിക്കുറുക്കിയ
മോഹത്തിൻ പാല്
പൂച്ച കുടിച്ചു പോകും – കരിം
പൂച്ച കുടിച്ചു പോകും.
പത്തിരി ചുട്ടു
പറത്തിമ്മ വെച്ചത്
കട്ടുറുമ്പു കക്കും – ഒരു
കട്ടുറുമ്പു കക്കും...'

മലയാളത്തിലെ ആദ്യത്തെ വർണ്ണചിത്രമായ 'കണ്ടം ബെച്ച കോട്ടി'ലുമുണ്ട് ഭാവഗായകനായ മെഹബൂബ് പാടിയ അതിമനോഹരമായ ഒരു ഹാസ്യഗാനം.

'ആട്ടെ പോട്ടെയിരിക്കട്ടെ
ലൈലേ – നിന്നെ
കാത്തുകാത്തു വലഞ്ഞുവല്ലോ
മയിലേ –'

ബാബുരാജിന്റെ സംഗീതവും ഈ പാട്ടിലെ ഹാസ്യരസത്തിന് ഉന്നതമാനം നല്കിയെന്നു പറയാം.

കാമുകൻ കാമുകിയെ 'ലൈലേ' എന്നു വിളിക്കുമ്പോൾ കാമുകി കാമുകനെ 'മജ്നു' എന്നു വിളിക്കുന്നു.

'നിന്നെ കാണും നേരമെന്റെ മജ്നു
എന്റെ
ചങ്കിലൊരു കിരുകിരുപ്പു വരണു'

എന്നാണവൾ പാടുന്നത്.

ഒരു പ്രണയബന്ധം മുന്നോട്ടു കൊണ്ടുപോകാനുള്ള പ്രയാസങ്ങൾ കാമുകീ കാമുകന്മാർ തുടർന്നു പറയുമ്പോൾ ആസ്വാദകന്റെ ചുണ്ടിലെ പുഞ്ചിരി പൊട്ടിച്ചിരിയായി വളരുന്നു.

'വെയിലുകൊണ്ടു കുഴഞ്ഞല്ലോ
കത്തെഴുതിത്തുലഞ്ഞല്ലോ
കുത്തുവാക്കുപറഞ്ഞല്ലോ ബാപ്പാ
നിന്നെ
കെട്ടിയിടാതടങ്ങില്ലാ- തീർച്ച'

എന്നും

'കണ്ടുമുട്ടാനാശയുണ്ട്
കണ്ടിടുമ്പോൾ ബേജാറുണ്ട്
ബാപ്പ കണ്ടാൽ
സൂപ്പുവെയ്ക്കുമെന്നെ'

എന്നും

'കയ്യോടെ കൊണ്ടുപോം നിന്നെ
ഞാൻ മയ്യത്തായ്തീർന്നാലും
പെണ്ണേ'

എന്നും കമിതാക്കൾ എത്ര ലളിതസുന്ദരമായി പാടുന്നു!

'പെരുന്നാളു കഴിഞ്ഞോട്ടെ
പടച്ചോനാണേ - നിന്നെ
പരുന്തുപോൽ റാഞ്ചി
ഞാനും പറന്നുപോകും.'

എന്ന് ഒടുവിൽ കാമുകൻ തറപ്പിച്ചു പറയുന്നു.

ഹാസ്യഗാനം രചിക്കുമ്പോഴും പി. ഭാസ്കരൻ കവിതയുടെ ആരാമ ത്തിൽത്തന്നെയാണ് നിൽക്കുന്നത്. പ്രണയത്തിന്റെ മധുരവും നൊമ്പരവും നർമ്മത്തിലൂടെ അവതരിപ്പിക്കാൻ അദ്ദേഹത്തിനുള്ള പാടവം മലയാളത്തിൽ

മറ്റൊരു കവിക്കുമില്ലെന്നു പറയാൻ രണ്ടാമതൊന്നാലോചിക്കേണ്ടതില്ല. 'ഉമ്മ' എന്ന ചിത്രത്തിനുവേണ്ടി പി.ഭാസ്കരനും ബാബുരാജും ചേർന്നു സൃഷ്ടിച്ച പാട്ടുകളെല്ലാം ഒന്നിനൊന്നു മെച്ചമായിരുന്നല്ലോ. മാപ്പിളപ്പാട്ടുകളെക്കുറിച്ച് പറയുമ്പോൾ ആ ഗാനങ്ങളെക്കുറിച്ച് വിശദമായി എഴുതുന്നുണ്ട്. ഹാസ്യ ഗാനത്തിൽ ആ രസത്തിന്റെ സാന്ദ്രത വർദ്ധിപ്പിക്കാൻ പ്രാസപ്രയോഗത്തിനു സാധിക്കുമെന്ന രചനാരഹസ്യം പി. ഭാസ്കരനു നന്നായറിയാം. അതിനുള്ള ഉത്തമോദാഹരണമാണ് താഴെ ഉദ്ധരിക്കുന്ന ഹാസ്യഗാനം.

'വെളിക്കുകാണുമ്പം
നിനക്കു ഞാനൊരു
പരിക്കൻ മുള്ളുള്ള മുരിക്ക്
കളിയല്ലെന്നുടെ കരൾ തുറക്കുമ്പോൾ
കരിക്കു നല്ലൊരു കരിക്ക്
പറകയല്ല ഞാൻ കള്ളം
തുറന്നുനോക്കുകെന്നുള്ളം
ശരിക്കുമുണ്ടെടീ നിനക്കു മോന്തുവാൻ
മധുരച്ചക്കരവെള്ളം...'

'എന്റെ ചിന്തകളിലാകെ നീയുണ്ട്,
മനസ്സിലെ മാറാത്ത വേദനയായി'

എന്ന ആശയത്തെ നർമ്മമായി അവതരിപ്പിക്കുമ്പോൾ ഭാസ്കരൻമാസ്റ്റർ സ്വീകരിക്കുന്ന ഉപമാലങ്കാരം ശ്രദ്ധിക്കുക,

'പയിത്ത മാങ്ങ തൻ
　　　　മുയുത്തൊരണ്ടിയിൽ
ഇരിക്കും വണ്ടിനെപ്പോലെ
　　　　മനസ്സിനുള്ളിലെ
നിനവിൽ കേറി നീ
　　　　കരണ്ടുതിന്നണു ബാലേ
ചവറ്റിലക്കിളിപോലെ
　　　　ചിലയ്ക്കയാണു ഞാൻ മോളേ
കറപ്പുതിന്നണ പതിവുമൂട്ടിയ
　　　　കാസരോഗിയെപ്പോലെ'

മലബാറിലെ ചില പ്രദേശങ്ങളിൽ 'ഴ' എന്ന അക്ഷരം സാധാരണ ജനങ്ങൾ 'യ' എന്നാണുച്ചരിക്കാറ്. അതുകൊണ്ടാണ് പഴുത്ത മാങ്ങ ഇവിടെ 'പയിത്ത മാങ്ങ'യായത്. വാക്കുകളുടെയും ആശയങ്ങളുടെയും സൂക്ഷ്മാംശ ങ്ങളിലേക്ക് ഇറങ്ങിച്ചെല്ലാൻ പി. ഭാസ്കരനുള്ള കഴിവ് അദ്ദേഹത്തിന്റെ

ഹാസ്യഗാനങ്ങളിലും പ്രകടമാണ്. അദ്ദേഹത്തിന്റെ വാക്കുകൾ ഒരിടത്തും ഒരിക്കലും 'വെറും വാക്കുകൾ' മാത്രമായി അധഃപതിക്കുന്നില്ല.

'കന്നിനിലാവത്ത് കസ്തൂരി പൂശുന്ന
കൈതേ കൈതേ കൈനാറി'
എന്നും
'അഞ്ജനക്കണ്ണെഴുതി
ആലിലത്താലി ചാർത്തി
അറപ്പുര വാതിലിൽ ഞാൻ
കാത്തിരുന്നു'

എന്നും

'തളിരിട്ട കിനാക്കൾതൻ
താമരമാല വാങ്ങാൻ
വിളിച്ചിട്ടും വരുന്നില്ല
വിരുന്നുകാരൻ'

എന്നും

'താരമേ താരമേ
നിന്നുടെ നാട്ടിലും
തങ്കക്കിനാവുകളുണ്ടോ?'

എന്നും എഴുതിയ കവി തന്നെയാണ്

'എന്തൊരു തൊന്തരവ്
അയ്യയ്യോ...
എന്തൊരു തൊന്തരവ്
ഒരു സുന്ദരിപ്പെണ്ണിനെ
സ്വന്തമായ് കിട്ടാൻ
എന്തൊരു തൊന്തരവ്'

എന്നും എഴുതിയത്,

'പെണ്ണിന്റെ കണ്ണിനകത്തൊരു
ഞെക്കുവിളക്കുണ്ടേ - അതു
കണ്ണിലടിച്ചാൽ പിന്നെ
കാണാക്കുരുക്കുതന്നെ...'

എന്ന ഗാനത്തിൽ സ്ത്രീയുടെ നോട്ടത്തെ ടോർച്ചുലൈറ്റിനോടുപമിച്ചതിലുള്ള സ്വാരസ്യം എത്ര വലുതാണ്. ഞെക്കുമ്പോൾ മാത്രം വെട്ടം തരുന്ന വസ്തുവാണല്ലോ ഞെക്കുവിളക്ക്!

'അരക്കാ രൂപ മാറാൻ കൊറുക്കാ ഇബ്ബുറാഹിം പോയിവരുമ്പം പീടിക കാണാതായ കഥയും (ചിത്രം നീലിസാലി)'

നയാപൈസയില്ലാ
കൈയിലൊരു
നയാപൈസയില്ല
നഞ്ചുവാങ്ങിത്തിന്നാൻ പോലും
നയാപൈസയില്ല

എന്നു പാടുന്ന നിർദ്ധനന്റെ വ്യാകുലതയും എന്നും ശ്രോതാവിന്റെ മനസ്സിൽ തങ്ങിനിൽക്കും.

'കടം വാങ്ങുവാനാളില്ല
പണയം വയ്ക്കാൻ പൊന്നില്ലാ
കണ്മണി നിന്നെക്കാണും നേരം
കരളിൽ കടന്നലു കുത്തുന്നു
കാലിയടിച്ചൊരു വയറാണ്
കണ്ടേടത്തു നടപ്പാണ്
തൊള്ളപൊളിക്കണ
പഴ്സേ നിന്നുടെ
പള്ളയൊഴിഞ്ഞുകിടപ്പാണ്.'

സമൂഹത്തിലെ താഴേക്കിടയിലുള്ളവരുടെ ജീവൽപ്രശ്നങ്ങൾ കളിയായും കാര്യമായും കവി പറഞ്ഞുപോകുന്നു. നർമ്മത്തിനുള്ളിൽ നൊമ്പരത്തിന്റെ നേർത്ത കണികകൾ ഉരുണ്ടുകൂടുന്നു.

പണമൊരു ബല്ലാത്ത
പണ്ടാറക്കാലൻ
മനുഷ്യരെപ്പൊന്തിച്ചു
പന്താടും വീരൻ
പൈസയല്ലേ കലിയുഗഭഗവാൻ
പറയൂ പറയൂ നിങ്ങൾ പറയൂ

എന്ന് വളരെ ലളിതമായ ഭാഷയിൽ കവി തന്റെ കഥാപാത്രത്തിലൂടെ സത്യം വിളിച്ചു പറയുന്നു.

പി. ഭാസ്കരന്റെ പ്രണയഗാനങ്ങളിലും കാണാം നല്ല നർമ്മത്തിന്റെ പൂമ്പൊടികൾ.

'അപ്പഴേ ഞാൻ പറഞ്ഞില്ലേ – പ്രേമം
കയ്പാണു നെല്ലിക്കപോലെ
കാഞ്ഞിരക്കുരുവാണു മുന്നേ നല്ല
കൽക്കണ്ടമാണതു പിന്നെ...'

എന്ന ഗാനത്തിലും

മുല്ലപ്പൂന്തൈലമിട്ട്
മുടിചീകിയ മാരനൊരുത്തൻ
കള്ളക്കൺതാക്കോലിട്ട്
കതകു തുറന്നു
കരളിന്റെ നാലുകെട്ടിൽ
കള്ളൻ കടന്നു...

എന്ന ഗാനത്തിലും

കൊല്ലാതെ കൊല്ലുന്ന
മല്ലാക്ഷി നിന്നെ ഞാൻ
കല്യാണപ്പന്തലിൽ കണ്ടോളാം

എന്ന വരികളിലുമൊക്കെ ഇതു പ്രകടമാണ്. ഒരു മദ്യപനായ ഭർത്താവ് ഭാര്യയോടു പറയുന്നതു കേൾക്കുക.

കണ്ണാലെ നെഞ്ചത്തു
മുള്ളാണി തറയ്ക്കുന്ന
കല്യാണി കൊച്ചുകല്യാണി
കള്ളാണീ വയറ്റിങ്കലെന്നാലും
നിൻ കടക്കൺ
തല്ലാണ് എന്നുടെ ശത്രു!

ദേവരാജൻ മാസ്റ്റർ ഈണം പകർന്ന പി. ഭാസ്കരൻ മാസ്റ്ററുടെ 'വണ്ടീ, പുകവണ്ടീ' എന്ന ഗാനത്തിലെ ദർശനത്തിലുമുണ്ട് സത്യത്തിന്റെ സൗരഭ്യമുള്ള നർമ്മം. 'ആദായനികുതി' പോലെയുള്ള ചില നല്ല കവിതകളിലും പി. ഭാസ്കരന്റെ സാമൂഹിക വിമർശനത്തിന്റെ മധുരനർമ്മം നമുക്ക് ആസ്വദിക്കാൻ കഴിയും.

'പാരിന്റെ പരുഷമാം
ദൃഷ്ടികൾ പതിയാതെ
നേടിയ നിധികളും
പാവനസ്വപ്നങ്ങളും

അമിതാനന്ദത്തിന്റെ
കൊയ്ത്തുകൾ സമ്പാദിച്ചോ-
രധികാദായങ്ങളും
ആത്മഹർഷത്തിൻ മുത്തും
ഇവിടെയിരിക്കുന്നു
നഷ്ടമോ, നഷ്ടങ്ങളെൻ
കവിയും കണ്ണീരിന്റെ
കരയിൽ കിടക്കുന്നു..
'വ്യർത്ഥമാം സ്വപ്നങ്ങളും
വ്യഥയും പലകുറി
പൊട്ടിവീണൊരെന്നാശാ
സൗധവും പ്രതീക്ഷതൻ
ഫലപാദപത്തോപ്പും.'

'.....ഇവ തൻ കണക്കുകൾ
തുലനം ചെയ്യാൻ, ലാഭ-
നഷ്ടങ്ങൾ കണക്കാക്കാൻ
കഴിവുള്ളവനാണു
താങ്കളെന്നാകിൽ സ്വയം
കണക്കുതീർത്തിട്ടതിൻ
കോപ്പിയൊന്നെനിക്കേകൂ!'

ഗാനത്തിലായാലും കവിതയിലായാലും നർമ്മം പറയുമ്പോൾ അദ്ദേഹം സ്പർശിക്കുന്നത് ആ രസത്തിന്റെ മർമ്മത്തിൽത്തന്നെയാണ്.

ഒമ്പത്

മാപ്പിളത്താളം

പുള്ളുവൻപാട്ട്, പാണൻപാട്ട്, വാണിയൻപാട്ട്, കൊയ്ത്തുപാട്ട്, പാറ പൊളിപ്പാട്ട്, വഞ്ചിപ്പാട്ട്, തോറ്റംപാട്ട്, കുത്തിയോട്ടപ്പാട്ട് എന്നിങ്ങനെ അനവധി ശാഖകളായി പടർന്നൊഴുകിയ കേരളത്തിലെ നാടോടി സംഗീതത്തിന്റെ താളവ്യവസ്ഥയിൽ മലബാറിൽ പിറന്നുവളർന്ന മാപ്പിളപ്പാട്ടിന്റെ താളം ക്രമാനുഗതമായി ചെലുത്തിയ സ്വാധീനം ശ്രദ്ധേയമാണെന്നു തന്നെ പറയണം. മലയാളത്തിന്റെ സംഗീത സംസ്കാരവും അറബി-പേർഷ്യൻ സംഗീതത്തിന്റെ പാരമ്പര്യവും ചേർന്നുണ്ടായ നവസംഗീതധാരയാണ് മാപ്പിളപ്പാട്ടുകൾ. മലയാള ഗ്രാമ്യഭാഷയിൽ ധാരാളം തമിഴ് പദങ്ങൾ അടങ്ങിയിരിക്കുന്നതു പോലെ അറബി, ഉറുദു, തമിഴ്, സംസ്കൃതം, കർണ്ണാടകം എന്നീ ഭാഷകളിലെ വാക്കുകളും പ്രയോഗങ്ങളും പഴയ മാപ്പിളപ്പാട്ടുകളിൽ സുലഭമാണ്. കേരളത്തിൽ മാപ്പിളപ്പാട്ടുകൾ പ്രചരിക്കാൻ തുടങ്ങിയിട്ട് ഏഴു നൂറ്റാണ്ടു കഴിഞ്ഞിരിക്കുമെന്നാണ് വിശ്വസിക്കപ്പെടുന്നത്. കോഴിക്കോട്ടുകാരനായ ഖാസി മുഹമ്മദ് 'മുഹിയിദ്ദീൻമാല' (മുഹിയിദ്ദീൻ അബ്ദുൾ ഖാദർ ജിലാനി എന്ന പുണ്യപുരുഷന്റെ മഹത്ത്വം വർണ്ണിക്കുന്ന കീർത്തനമാല) എന്ന കൃതി രചിച്ച എ.ഡി.1606-ലാണെന്നു പറയപ്പെടുന്നു. അതിനുമുമ്പു പ്രചരിച്ചിരുന്ന കൃതികളുടെ രചയിതാക്കളെക്കുറിച്ച് ഊഹാപോഹങ്ങൾ മാത്രമേയുള്ളൂ. ഖാസിമുഹമ്മദിനു ശേഷം ഈ പ്രസ്ഥാനത്തെ മുന്നോട്ടു നയിച്ച രണ്ടു പ്രധാന കവികൾ കുഞ്ഞായിൻ മുസലിയാരും മോയിൻകുട്ടി വൈദ്യരുമാണ്. മനുഷ്യശരീരത്തെ ഒരു കപ്പലിനോടുപമിച്ച് ആദ്ധ്യാത്മികതത്ത്വങ്ങൾ വിശദീകരിക്കുന്ന കൃതിയാണ് കുഞ്ഞായിൻ മുസലിയാരുടെ 'കപ്പൽപ്പാട്ട്' -അദ്ദേഹത്തിന്റെ മറ്റൊരു കൃതി യായ 'നൂൽമാല'യാകട്ടെ, പ്രവാചകനായ മുഹമ്മദ് നബിയെ പ്രകീർത്തി ച്ചെഴുതിയതാണ്. ഇരുപത്തിയൊന്നാം വയസ്സിൽ 'ബദറുൽ മുനീർ' എന്ന പ്രണയകാവ്യം രചിച്ച് മലയാളി മുസ്ലീങ്ങളുടെ ആരാധ്യകവിയായിത്തീർന്ന

പ്രതിഭാശാലിയാണ് മോയിൻകുട്ടി വൈദ്യർ. ഭക്തിയും തത്ത്വചിന്തയും സാരോപദേശവും മാത്രം ഇടംപിടിച്ചിരുന്ന മാപ്പിളസാഹിത്യത്തിലേക്ക് പ്രണയത്തിന്റെ മധുരവുമായി വന്ന ജനകീയ കവിയാണദ്ദേഹം. മോയിൻ കുട്ടി വൈദ്യർക്കുശേഷവും ധാരാളം കവികൾ ആ രംഗത്തു വരികയുണ്ടായി. എന്നാൽ ഇക്കാലമത്രയും മാപ്പിളപ്പാട്ടുകൾ മുസ്ലീങ്ങൾ മാത്രമാണ് ആസ്വദി ച്ചിരുന്നത്. മാപ്പിളപ്പാട്ടുകളുടെ വശ്യസുന്ദരമായ മേഖലയിലേക്ക് ജാതിമത ഭേദം കൂടാതെ എല്ലാ മലയാളികളെയും കൂട്ടിക്കൊണ്ടുപോയ ആദ്യകവി ഹിന്ദുവായി ജനിച്ച് കമ്മ്യൂണിസ്റ്റുകാരനായി മാറിയ പി. ഭാസ്കരൻ എന്ന സർഗ്ഗധനനാണ്.

കല്യാണപ്പാട്ടുകൾ (ഒപ്പന), കെസ്സ് പാട്ടുകൾ, കോൽക്കളിപ്പാട്ടുകൾ തുടങ്ങിയ വിവിധ തരത്തിൽപ്പെട്ട മാപ്പിളപ്പാട്ടുകളും അദ്ദേഹം രചിച്ചിട്ടുണ്ട്. മാപ്പിളപ്പാട്ടുകളിലെ 'ഇശലു'കളെല്ലാം (വൃത്തങ്ങൾ) പി. ഭാസ്കരനു ഹൃദിസ്ഥമായിരുന്നു. സാധാരണയായി ഒപ്പനപ്പാട്ടുകൾക്ക് രണ്ട് ഇശലുകൾ ഉണ്ടായിരിക്കും. പാട്ടു തുടങ്ങുന്ന ഇശലിന് 'ചായൽ' എന്നും അവസാന ഭാഗത്തിന് 'മുറുക്കം' എന്നും പറയുന്നു. മുറുക്കം പാടുമ്പോഴാണ് കൈകൊട്ടലിന്റെയും പദചലനത്തിന്റെയും വേഗം കൂടുന്നത്. 'ഇശൽ' എന്ന വാക്ക് 'ഇശൈ' (സംഗീതം) എന്ന തമിഴ് വാക്കിന്റെ രൂപഭേദമാണ്. മാപ്പിള പ്പാട്ടുകൾക്ക് തമിഴ് ഭാഷയോടുള്ള വിധേയത്വത്തിന് ഇതൊരു നല്ല തെളിവാണല്ലോ. ഒരുപക്ഷേ, കരിന്തമിഴിൽ നിന്ന് മലയാളഭാഷയുടെ ആദ്യ രൂപം പിറവിയെടുത്ത കാലഘട്ടത്തിൽ തന്നെ കേരളദേശത്ത് മാപ്പിള പ്പാട്ടുകൾ ജന്മം കൊണ്ടിരിക്കാം. വടക്കൻകേരളത്തിലെ സംസാരഭാഷയിൽ കന്നടത്തിന്റെ സ്വാധീനവും തെക്കൻ കേരളത്തിലെ സംസാരഭാഷയിൽ തമിഴിന്റെ സ്വാധീനവും ഇന്നും പ്രകടമാണെന്നോർക്കണം.

ജനകീയകവിയായ പി.ഭാസ്കരൻ ഏറ്റവും വലിയ ജനകീയ കലയായ സിനിമയിലൂടെ മാപ്പിളപ്പാട്ടുകളെ കൂടുതൽ ജനകീയമാക്കി മാറ്റി. 'മാപ്പിള പ്പാട്ടി'ന്റെ രീതിയിൽ പല താളങ്ങളിൽ ഒരു ഹാസ്യഗാനം അദ്ദേഹം 'അമ്മ' എന്ന ചിത്രത്തിനുവേണ്ടി എഴുതുകയുണ്ടായി. ടി.ഇ. വാസുദേവൻ നിർമ്മിച്ച 'അമ്മ'യിൽ പ്രധാന ഹാസ്യനടനായിരുന്ന ടി. എസ്. ദ്വരരാജ് നഗരത്തിൽ (മദ്രാസ്) പോയി മടങ്ങിവന്ന് ഭാര്യയോട് താൻ കണ്ട കാഴ്ചകൾ വർണ്ണി ക്കുന്നതാണ് പാട്ടിന്റെ സന്ദർഭം. മെഹബൂബ് പാടിയ ദീർഘമായ ഈ ഗാനം അമ്പതുകളിൽ കേരളമൊട്ടാകെ അലയടിക്കുകയുണ്ടായി.

ചുരുക്കത്തിൽ രണ്ടുദിനം
കൊണ്ടാനാട്ടിലെ
കറക്കത്തിൽ കണ്ടതെല്ലാം ചൊല്ലിടാം.

ഞെട്ടണം - ആ മദിരാശിപ്പട്ടണത്തിൽ
ചെന്നുപെട്ടാൽ
കാറുകളനവധി ജോറിൽ പായുന്നു
ഒട്ടേറെ കൂറ്റൻ
ലോറികൾ ബസ്സുകൾ
പിന്നെയുമോടുന്നു.

എന്നിങ്ങനെ ആരംഭിക്കുന്ന ആ ഗാനത്തിൽ കവിയുടെ നർമ്മബോധവും ആ കഥാപാത്രത്തിന്റെ നിഷ്കളങ്കതയും പ്രതിഫലിക്കുന്ന പല വരികളുമുണ്ട്.

'എനിക്കെന്റെ നാണീ മേലാ ചൊല്ലാൻ
നല്ല നല്ല ചരക്കുകളിരിക്കുന്ന
ഷാപ്പുകൾ
സോപ്പു ചീപ്പു കണ്ണാടിയും
കാപ്പുകൾ പൊൻ കോപ്പുകളും
ശീട്ടുകളും പാട്ടുപെട്ടിയും
കൂടാതെ പട്ടു ശീട്ടികളും
ചേലകളുമേ –'

മെറീന ബീച്ചിനെ വർണ്ണിക്കുന്ന ഭാഗമാണ് ഏറെ രസകരം.

വെയിലുതെല്ലൊന്നാറിയെങ്കിൽ
സ്റ്റൈലിലെത്തും ജനം ബീച്ചിൽ
അയ്യയ്യയ്യോ..........ബീച്ചിലെ ഘോഷങ്ങൾ
വയ്യെനിക്കോതാൻ
അയ്യയ്യയ്യേ എന്തൊരു വേഷങ്ങൾ
കൂട്ടം കൂടും പല പല
വേഷക്കാരുടെ നടുവിൽ
ബഹുരസ വടിവിൽ
ലപ്പടി -തപ്പടി- ചെപ്പടി
ഇരുട്ടടി-കണ്ണടി-പോക്കറ്റടി
കണ്ടെടി ഞാൻ പൊന്നേ...

(സംഗീതം - വി. ദക്ഷിണാമൂർത്തി)

പൊന്നിൽകുളിച്ചു കളിച്ചു ചിരിച്ചു വരുന്ന രസികൻ പെണ്ണുങ്ങളെപ്പറ്റിയും അവർ കണ്ണിൻ കവണ വലിച്ചുപിടിച്ചു കല്ലേറിയുന്നതിനെപ്പറ്റിയുമൊക്കെ കവി തുടർന്നു പാടുന്നു. ഈ ഗാനം എഴുതിയത് മാപ്പിളപ്പാട്ടിന്റെ ശൈലിയിലാണെങ്കിലും പാടുന്ന കഥാപാത്രം മുസ്ലീം അല്ലാത്തതിനാലായിരിക്കാം അതിൽ അറബി-ഉറുദു വാക്കുകൾ പ്രയോഗിച്ചു കാണാത്തത്.

-മലയാളത്തിൽ ഇന്നോളമുണ്ടായിട്ടുള്ള മാപ്പിളപ്പാട്ടുകളിൽ ഏറ്റവുമധികം ജനപ്രീതി നേടിയ ഗാനമേതെന്നു ചോദിച്ചാൽ ഏതൊരു മലയാളിയും രണ്ടാമതൊന്ന് ആലോചിക്കാതെ പറയും 'കായലരികത്ത്' എന്ന്. 'നീലക്കുയിലി'നുവേണ്ടി പി. ഭാസ്കരൻ എഴുതി കെ. രാഘവൻ ഈണം പകർന്നുപാടിയ ആ പ്രശസ്ത ഗാനത്തിന്റെ കാവ്യഭംഗി അപാരം തന്നെ. കായലരികത്ത് വലയെറിഞ്ഞു നിന്നപ്പോൾ വളകിലുക്കിയ സുന്ദരിയോട്, പെണ്ണുകെട്ടിന് കുറിയെടുക്കുമ്പോൾ ഒരു നറുക്കിന് ചേർക്കണേ' എന്ന് അഭ്യർത്ഥിക്കുന്ന സൗന്ദര്യാരാധകന്റെ നിഷ്കളങ്കത എത്രമാത്രം അഭിനന്ദനീയമാണെന്ന് ആലോചിച്ചുനോക്കൂ. അയാൾ ഒട്ടും സ്വാർത്ഥനല്ല. നീ എന്നെ മാത്രമേ സ്നേഹിക്കാവൂ, എന്നെ മാത്രമേ കെട്ടാവൂ എന്നല്ല അയാൾ പറയുന്നത്. കുറിയിടുമ്പോൾ തന്റെ പേരും എഴുതിയിടുക. ഭാഗ്യമുണ്ടെങ്കിൽ കിട്ടട്ടെ – അത്രമാത്രം. ഓരോ വരിയിലും നർമ്മമധുരമായ അർത്ഥതലങ്ങൾ വിരിയുന്ന ആ മനോഹരഗാനം കേരളത്തിലെ മുസ്ലീം ജനതയുടെ ജീവിതവുമായി ഭാസ്കരൻമാസ്റ്റർക്കുണ്ടായിരുന്ന ഉറ്റ ബന്ധത്തിന്റെ നിദർശനമായി നിലകൊള്ളുന്നു.

കണ്ണിനാലെന്റെ കരളിനുരുളിയിൽ
എണ്ണകാച്ചിയ നൊമ്പരം
ഖൽബിലറിഞ്ഞപ്പോളിന്നു ഞമ്മള്
കയറു പൊട്ടിയ പമ്പരം

എന്ന വരികളിലും

വമ്പെഴും നിന്റെ പുരികക്കൊടിയുടെ-
യമ്പുകൊണ്ടു ഞരമ്പുകൾ
കമ്പൊടിഞ്ഞൊരു ശീലക്കുടയുടെ
കമ്പി പോലെ വലിഞ്ഞുപോയ്

എന്ന വരികളിലും തെളിയുന്നത് വെറും ഹാസ്യമല്ല, ഉദാത്തമായ കാവ്യാലങ്കാരത്തിന്റെ ഉജ്ജ്വലശോഭയാണ്.

മനോഹരമായ നർമ്മഭാവനയ്ക്ക് തികച്ചും അനുയോജ്യമായ ഒരു പരിസമാപ്തിയും കവി നല്കിയിരിക്കുന്നു.

'വെറെയാണ് വിചാരമെങ്കില്
നേരമായത് ചൊല്ലുവാൻ
വെറുതെ ഞാനെന്തി-
നെരിയും വെയിലത്തു
കയിലും കുത്തി നടക്കണു!'

മുസ്ലീം സമുദായത്തിലെ പ്രശ്നങ്ങൾ അവതരിപ്പിക്കാനായി നിർമ്മിക്കപ്പെട്ടിട്ടുള്ള മലയാള ചലച്ചിത്രങ്ങളിൽ തൊണ്ണൂറുശതമാനത്തിനും ഗാനങ്ങൾ രചിച്ചിട്ടുള്ളത് ഭാസ്കരൻ മാസ്റ്ററാണ്. ആ സമുദായത്തിൽപ്പെട്ട പ്രശസ്തരായ കവികൾക്കുപോലും മാപ്പിളപ്പാട്ടിന്റെ രചനയിൽ പി. ഭാസ്കരന്റെ അടുത്തുപോലും നിൽക്കാൻ കഴിഞ്ഞില്ലെന്നത് പച്ചപ്പരമാർത്ഥം. പി.ഭാസ്കരന്റെ മാപ്പിളപ്പാട്ടുകളുടെ ഏറ്റവും വലിയ പ്രത്യേകത ആ വരികളിൽത്തന്നെ തിളങ്ങിനിൽക്കുന്ന സംഗീതമത്രേ. സംഗീതസംവിധായകന് ആ തിളക്കത്തെ ഇമ്മിണി വലിയ തിളക്കമാക്കി മാറ്റേണ്ട കാര്യമേയുള്ളൂ. മേൽപ്പറഞ്ഞ വാങ്മയതാളം ഏറ്റവും സുന്ദരമായ വിധത്തിൽ പ്രത്യക്ഷപ്പെടുന്നത് അദ്ദേഹം രചിച്ചിട്ടുള്ള കല്യാണപ്പാട്ടുകളിലാണ്. വർഷം തോറും കൊച്ചി - മലബാർ പ്രദേശങ്ങളിൽ ആയിരക്കണക്കിന് ഒപ്പനപ്പാട്ടുകൾ ഇറങ്ങുന്നുണ്ട് ഇന്നും. എന്നാൽ പി.ഭാസ്കരൻ രചിച്ച് കെ. രാഘവനും എം. എസ്.ബാബുരാജും ചിട്ടപ്പെടുത്തിയ ഒപ്പനപ്പാട്ടുകൾ ഇപ്പോഴും ക്ലാസ്സിക്കുകളായി നിൽക്കുന്നു. 'രാരിച്ചൻ എന്ന പൗരനി'ലെ

പൂരണമതുമാറിലേന്തിയ
പുണ്യവാൻ പുതുമാരനല്ലോ
നാരിമാർ നെശീദപാടിയ
സുന്ദരപ്പുതുമാരനല്ലോ
കേതിരക്കനിയാം മുഖത്തില്
പുഞ്ചിരിക്കും മാരനല്ലോ
പൂതിഖൽബിൽ ചേർന്നിണങ്ങിയ
പുശ്പലോക മാരനല്ലോ -

എന്ന ഗാനത്തിൽ വാക്കുകൾ വിന്യസിപ്പിച്ചിരിക്കുന്ന രീതി നോക്കുക. ഇനി ഇതേ ഗാനത്തിന്റെ ഇശൽ മുറുക്കമാകുമ്പോഴുള്ള വരികളും ശ്രദ്ധിക്കുക.

നന്മയിൽ മികവുള്ള
സുറുമയുമെഴുതി
കണ്മഷിയാൽ
കൺകോണുകളെഴുതി

ഉണ്മയിലഴകിൻ
പൊന്നൊളിയൊഴുകി
കൂട്ടിലെ പഞ്ചവർണ്ണക്കിളിയെപ്പോലെ
പാട്ടുകേട്ടുലഞ്ഞു പൂങ്കരളുപോലെ.
തത്തമ്മപ്പൊൻചുണ്ടുവിരിഞ്ഞ്
പത്തരമാറ്റൊളി മുത്തുവിളഞ്ഞ്
പൂമണിയറയ്ക്കുള്ളിലിരിക്കും പെണ്ണ്
താമരയിതൾ പോലെ തളർന്ന കണ്ണ്

– (സംഗീതം - കെ. രാഘവൻ)

ബാബുരാജിന്റെ സംഗീതവും ഭാസ്കരൻ മാസ്റ്ററുടെ വരികളും ചേർന്നു രൂപംകൊണ്ട ഒപ്പനപ്പാട്ടുകൾ എത്രയെത്ര! 'കണ്ടം ബെച്ച കോട്ട്' എന്ന ആദ്യ മലയാള വർണ്ണചിത്രത്തിലെ –

പുത്തൻ മണവാട്ടി
പുന്നാര മണവാട്ടി
പൂക്കൈത മലരൊത്ത മണവാട്ടി
തത്തമ്മച്ചുണ്ടാണ്
തങ്കക്കഴുത്താണ്
താമരപ്പൂവൊത്ത കണ്ണാണ്!

എന്ന ഗാനവും 'ഉമ്മ' എന്ന പ്രശസ്ത ചിത്രത്തിലെ

കൊഞ്ചുന്ന പൈങ്കിളിയാണ്
മൊഞ്ചുള്ള സുന്ദരിയാണ്
പൂമകൾ പുതുമാപ്പിളയ്ക്കൊരു
പൂന്തേൻ മൊഴിയാണ്
മയിലാഞ്ചിച്ചാറണിയേണം
മാൻകണ്ണിൽ മയ്യെഴുതേണം
താലിവേണം മാല വേണം
കൊരലാരം വേണം.

എന്ന പാട്ടും പെട്ടെന്ന് ഓർമ്മകളിൽ നീന്തി വരുന്നു. 'ഉമ്മ' എന്ന ചിത്രവും 'കുട്ടിക്കുപ്പായം'എന്ന ചിത്രവും മാപ്പിളപ്പാട്ടുകളുടെ താളമേളങ്ങൾ നിറഞ്ഞ സംഗീതോത്സവങ്ങൾ തന്നെയായിരുന്നു.

'ഉമ്മ'എന്ന ചിത്രത്തിലെ ഒപ്പനപ്പാട്ടിൽ മാത്രമല്ല, പ്രേമഗാനങ്ങളിലും (ശോകഗാനത്തിൽ പോലും) മാപ്പിളപ്പാട്ടിന്റെ നറുമണം ആസ്വദിക്കാൻ കഴിയും.

'കദളിവാഴക്കയ്യിലിരുന്ന്
കാക്കയിന്നു വിരുന്നു വിളിച്ചു
വിരുന്നുകാരാ വിരുന്നുകാരാ
വിരുന്നുകാരാ വന്നാട്ടെ –'

എന്ന പ്രശസ്ത ഗാനത്തിലെ വരികളിലെല്ലാം തന്നെ കാത്തിരിപ്പിന്റെ കൗതുകവും ഒരു മുസ്ലീം യുവതിയുടെ മനസ്സിൽ തുളുമ്പുന്ന നർമ്മ ബോധവും ഓളം തല്ലുന്നതു കാണാം.

'മാരനാണ് വരുന്നതെങ്കിൽ
മധുരപ്പത്തിരി വയ്ക്കേണം–'

എന്നും

'വയസ്സനാണ് വരുന്നതെങ്കിൽ
അയലേം ചോറും നൽകേണം
ഇടയ്ക്കിടയ്ക്ക് വെറ്റില തിന്നാൻ
ഇടിച്ചിടിച്ചു കൊടുക്കണം'

എന്നും പാടുന്ന ആ കഥാപാത്രവും ആ ഗാനദൃശ്യവും 'ഉമ്മ'എന്ന ചിത്രം കണ്ട പ്രേക്ഷകന്റെ ഓർമ്മയിൽ നിന്ന് മാഞ്ഞുപോവുകയില്ല.

അതേ സിനിമയിലെ യുഗ്മഗാനത്തിനുമുണ്ട് സവിശേഷത.

'എൻ കണ്ണിന്റെ കടവിലടുത്താൽ
കാണുന്ന കൊട്ടാരത്തില്
പ്രാണന്റെ നാടു ഭരിക്കണ
സുൽത്താനുണ്ട്'

എന്ന ഗാനവും

'പാലാണ് തേനാണെൻ ഖൽബിലെ പൈങ്കിളിക്ക്
പഞ്ചാരക്കുഴമ്പാണു നീ – എൻ സൈനബാ
പഞ്ചാരപ്പാൽക്കുഴമ്പാണു നീ–'

എന്ന ഗാനവും ശ്രദ്ധിക്കുക.

'കണ്ണീരെന്തിനു വാനമ്പാടീ
മണ്ണുമണ്ണായ് മറയുമ്പോൾ'

എന്നു തുടങ്ങുന്ന ശോകഗാനത്തിൽ പോലുമുണ്ട് മാപ്പിളപ്പാട്ടിന്റെ ഗന്ധം.

'കുട്ടിക്കുപ്പായം'എന്ന ചലച്ചിത്രത്തിലെ എല്ലാ പാട്ടുകളും കേരളത്തിലെ സഹൃദയർ ജാതിമത ഭേദമന്യേ ഏറ്റുപാടുകയുണ്ടായി.

'ഒരുകൊട്ടപ്പൊന്നുണ്ടല്ലോ
മിന്നുണ്ടല്ലോ മേനിനിറയെ
കരയല്ലേ കണ്ണിൻ മണിയേ
കൽക്കണ്ടക്കനിയല്ലേ..'

എന്ന ഒപ്പനപ്പാട്ടിലും

'കല്യാണരാത്രിയിൽ
കള്ളികൾ തോഴിമാർ
നുള്ളി, പലതും ചൊല്ലി- പിന്നെ
മെല്ലെമെല്ലെ മണിയറയിൽ തള്ളി'

എന്ന ഗാനത്തിലും പി. ഭാസ്കരൻ വരച്ചിടുന്ന ചിത്രങ്ങളുടെ ചാരുത അനന്യസുന്ദരമാണെന്നുതന്നെ പറയണം. ഈ ഗാനത്തിലെ തുടർന്നുള്ള വരികൾ ശ്രദ്ധിച്ചാൽ ചലച്ചിത്രസംവിധായകൻ കൂടിയായ കവി ക്യാമറയിൽ പകർത്താൻ പാകത്തിലാണ് ദൃശ്യങ്ങളൊരുക്കിയിരിക്കുന്നത് എന്നു കാണാം. 'കുട്ടിക്കുപ്പായ'ത്തിന്റെ സംവിധായകനായ എം. കൃഷ്ണൻനായർക്ക് ഗാന രചയിതാവിന്റെ ഈ ശൈലി തീർച്ചയായും ഏറെ സഹായകമായിത്തീർന്നിട്ടുണ്ടാണം.

'കാണാതിരിക്കുവാൻ ഞാൻ കൊതിച്ചു - പിന്നെ
കതകിന്റെ പിന്നിൽ പോയ് ഞാനൊളിച്ചു
കല്യാണപ്പിറ്റേന്നു കാണാതിരുന്നപ്പോൾ നീറി
ഖൽബു നീറി - ഞാനോ
സ്നേഹം കൊണ്ടാളാകെ മാറി-'

കുട്ടിക്കുപ്പായത്തിലെ തന്നെ

'വെളുക്കുമ്പോൾ കുളിക്കുവാൻ
പോകുന്ന വഴിവക്കിൽ
വേലിക്കൽ നിന്നവനേ -കൊച്ചു
കിളിച്ചുണ്ടൻ മാമ്പഴം
കടിച്ചുംകൊണ്ടെന്നോടു
കിന്നാരം പറഞ്ഞവനേ'

എന്ന ഗാനത്തിലും

'ഇന്നെന്റെ കരളിലെ
പൊന്നണിപ്പാടത്തൊരു

പുന്നാരപ്പനന്തത്ത പറന്നുവന്നു - ഒരു
പഞ്ചാരപ്പനന്തത്ത പറന്നുവന്നു'

എന്ന ഗാനത്തിലും കവിയുടെ രചനാശൈലിയിലെ ലാളിത്യവും വ്യത്യസ്തതയും തെളിഞ്ഞു കാണാം. കുപ്പിവള, (കൺമണി നീയെൻ കരം പിടിച്ചാൽ..), സുബൈദ (പൊട്ടിത്തകർന്ന കിനാവിന്റെ മയ്യത്ത്) തങ്കക്കുടം, യത്തീം, മണിയറ, മണിത്താലി തുടങ്ങിയ സിനിമകളിലെ ഗാനങ്ങളും ഈ വിഭാഗത്തിൽപ്പെടുന്നവയാണ്. മലയാള സിനിമയിൽ ഈ കൊടുങ്ങല്ലൂർക്കാരൻ ആവിഷ്കരിച്ച മാപ്പിളപ്പാട്ടുശൈലിയെ അനുകരിക്കാനും അനുസരിക്കാനും മാത്രമേ അദ്ദേഹത്തിന്റെ പിന്നാലെ വന്ന ഗാനരചയിതാക്കൾക്കു കഴിഞ്ഞിട്ടുള്ളൂ എന്ന സത്യം ആർക്കും നിഷേധിക്കാൻ കഴിയുമെന്നു തോന്നുന്നില്ല.

പത്ത്

അപൂർവ്വതയുടെ ചാരുത

എത്രയോ പ്രാർത്ഥനാഗാനങ്ങൾ നാം കേട്ടിരിക്കുന്നു. എന്നാൽ പി. ഭാസ്കരൻ 'അന്വേഷിച്ചു കണ്ടെത്തിയില്ല' എന്ന സിനിമയ്ക്കുവേണ്ടി രചിച്ച ഒരു പ്രാർത്ഥനാഗാനം അതിന്റെ അപൂർവ്വതയാലും അസദൃശമായ കല്പനയാലും വേറിട്ടുനിൽക്കുന്നു. ബാല്യത്തിൽനിന്നു കൗമാരത്തിലേക്കു പ്രവേശിക്കുന്ന നിർദ്ധനയായ ഒരു പെൺകുട്ടിയുടെ അകം നൊന്തൊഴുകിയ പ്രാർത്ഥന!

താമരക്കുമ്പിളല്ലോ മമഹൃദയം – ഇതിൽ
താതാ നീ സംഗീത മധു പകരൂ
എങ്ങനെയെടുക്കും ഞാൻ
എങ്ങനെയൊഴുക്കും ഞാൻ
എങ്ങനെ നിന്നാജ്ഞ നിറവേറ്റും
ദേവാ...

ഒരു ക്രിസ്ത്യൻ പെൺകുട്ടിയാണ് ഗാനമാലപിക്കുന്നത്. എങ്കിലും എല്ലാ സമുദായങ്ങളിലുംപെട്ടവർക്ക് പാടാനുതകുംവിധത്തിലാണ് അദ്ദേഹം ഗാനം രചിച്ചിരിക്കുന്നത്. 'താതാ' എന്ന പദം ലോകപിതാവായ ആ ഏകദൈവത്തെ കുറിക്കുന്നു എന്നു പറയാം. അതേസമയം അതു കർത്താവായ യേശുക്രിസ്തുവുമാകാം. പാറപ്പുറത്തിന്റെ പ്രശസ്ത നോവലിലെ നായികാ കഥാപാത്രത്തിന്റെ പ്രത്യേകതകൾ മനസ്സിലാക്കിയിട്ടുള്ള ഏതൊരു സഹൃദയനും ഈ ഗാനത്തിലെ തുടർന്നുള്ള വരികളുടെ സൃഷ്ടിക്കു പിന്നിലുള്ള ഔചിത്യത്തെ ആദരിക്കാതിരിക്കാനാവില്ല.

കാനനശലഭത്തിൻ കണ്ഠത്തിൽ വാസന്ത
കാകളി നിറച്ചവൻ നീയല്ലോ

നിത്യസുന്ദരമാ മീ ഭൂലോകവാടിയിൽ
ഉദ്യാനപാലകൻ നീയല്ലോ
താതാ നിൻ കല്പനയാൽ
പൂവനം തന്നിലൊരു
പാതിരാപ്പൂവായി വിരിഞ്ഞു ഞാൻ
പൂമണമില്ലല്ലോ പൂന്തേനുമില്ലല്ലോ
പൂജയ്ക്കു നീയെന്നെ കൈക്കൊള്ളുമോ?

കഥാപാത്രത്തിന്റെ പ്രായം, പശ്ചാത്തലം, ആ മനസ്സിന്റെ നിഷ്കളങ്കത- ഇവയെല്ലാം ഈ ലളിതമായ വരികളിൽ പ്രതിബിംബിക്കുന്നു.

അനാഥത്വത്തിന് ജാതിമതഭേദങ്ങളില്ലല്ലൊ. ഒരു അനാഥാലയത്തിലെ അന്തേ വാസികൾക്കു പാടാനായി ഭാസ്കരൻ മാസ്റ്റർ രചിച്ച ഈ പ്രാർത്ഥനാ ഗാനം ശ്രദ്ധിക്കൂ.

"ലോകം മുഴുവൻ സുഖം പകരാനായ്
സ്നേഹദീപമേ മിഴിതുറക്കൂ!"

ഇവിടെ ദൈവം സ്നേഹം തന്നെയാണ്. അനാഥർക്ക് ജീവിതത്തിൽ ലഭിക്കാത്തതും സ്നേഹത്തിന്റെ വെളിച്ചമാണല്ലോ. ഈ രണ്ടു പാട്ടുകളെ ക്കുറിച്ചു സംസാരിക്കുമ്പോൾ പരമ്പരാഗത ശൈലിയിൽ അദ്ദേഹം രചിച്ച അതീവസുന്ദരങ്ങളായ ചില ഭക്തിഗാനങ്ങളെക്കുറിച്ചും ചിന്തിച്ചു പോകുന്നു. 'പകൽക്കിനാവ്' എന്ന പ്രശസ്ത ചിത്രത്തിലെ "കേശാദി പാദം തൊഴുന്നേൻ" എന്ന ഗാനം ഓർമ്മയില്ലേ. എഴുത്തച്ഛന്റെയും പൂന്താനത്തിന്റെയും കാലഘട്ടത്തിലേക്ക് നമ്മെ കൂട്ടിക്കൊണ്ടുപോകുന്ന ചൈതന്യധന്യമായ പാട്ട്, കേശാദിപാദം എന്ന പ്രയോഗത്തെ അന്വർത്ഥമാക്കുന്നതരത്തിൽ പീലിച്ചുരുൾമുടിയിൽ തുടങ്ങി കനകച്ചിലങ്ക തുള്ളും കാൽത്തളിർവരെ വർണ്ണിക്കുന്ന ഈ ശ്രീകൃഷ്ണഗീതത്തിന് 'ദേശ്' രാഗം എത്രമാത്രം അനുയോജ്യമായിരിക്കുന്നു. (സംഗീതം - ചിദംബര നാഥ്).

ക്ലാസ്സിക് പാരമ്പര്യത്തിന്റെ നിലവിളക്കു തെളിയുന്ന പ്രാർത്ഥനാഗാന ങ്ങൾ ഇനിയും ധാരാളമുണ്ട്, പി. ഭാസ്കരന്റെ കാവ്യപൂജാവനികയിൽ. 'നീലക്കുയിലി'ലെ 'ഉണരുണരൂ ഉണ്ണിക്കണ്ണാ....' എന്ന പ്രശസ്ത ഗാനം (ശാന്താ പി. നായർ പാടിയത്) തന്നെയെടുക്കാം. അതിലെ അനുപല്ലവിയും ചരണവും പരിശോധിക്കുക

അരുണകിരണ പരിലാളിതധരണി
നവമണി ദീപികയേന്തി
കുസുമിത സുന്ദരവിഭാതരമണി
പൂക്കണിതൻ പ്രഭ ചിന്തി
കുനുകുന്തളം കോതി മണികുണ്ഡലം ചൂടി
കണികണ്ടു മമ ഗാനമധുവുണ്ടു
മണിവർണ്ണാ....
പല്ലവകോമളപാണീ കങ്കണ
മംഗളനാദസമേതം
നളിനവിലോചന വാങ്ങുക നീയെൻ
തരളഹൃദയ നവനീതം.

'നീലക്കുയിലി'ലെ നായികാ കഥാപാത്രമായ പുലയ യുവതിക്കുവേണ്ടി 'എല്ലാരും ചൊല്ലണു......'എന്ന ഗാനമെഴുതിയ കവി അതേ ചിത്രത്തിലെ ഉന്നതകുലജാതയായ കഥാപാത്രം പാടുന്ന പ്രാർത്ഥനാഗാനത്തിന്റെ രചനയ്ക്കു നൽകിയിരിക്കുന്ന ക്ലാസ്സിക് പരിവേഷം നോക്കുക! ഈ ഔചിത്യബോധമാണ് പി. ഭാസ്കരനെ മലയാളത്തിലെ ഇതര ഗാനരചയിതാക്കളിൽ നിന്നു തികച്ചും വ്യത്യസ്തനാക്കുന്നത്. ചിത്രത്തിലെ മറ്റെല്ലാ പാട്ടുകളും പച്ചമലയാളത്തിലെഴുതിയ ഭാസ്കരൻ മാസ്റ്റർ ഈ പ്രാർത്ഥനാഗാനം സംസ്കൃതപദങ്ങൾ കൊണ്ടു നിറച്ചിരിക്കുകയാണ്. പി. ഭാസ്കരന്റെ ഹിന്ദു പ്രാർത്ഥനാഗീതങ്ങളിൽ എടുത്തുപറയാവുന്നവ ഇനിയുമേറെയുണ്ട്. 'ശ്യാമളച്ചേച്ചി'യിലെ 'കൈതൊഴാം കണ്ണാ, കാർമുകിൽ വർണ്ണാ..... 'ഇരുട്ടിന്റെ ആത്മാവിലെ' 'വാകച്ചാർത്തു കഴിഞ്ഞൊരു ദേവന്റെ മോഹനമലർമേനി കണികാണണം....' 'തീർത്ഥയാത്ര'യിലെ 'കൊല്ലൂരിലും കൊടുങ്ങല്ലൂരിലും കുമരനല്ലൂരിലും വാഴും ജനനി......', 'ജഗദ്ഗുരു ആദിശങ്കരൻ' എന്ന ചിത്രത്തിലെ 'ത്രിപുരസുന്ദരീ, ദർശനലഹരി', 'പൂജയ്ക്കെടുക്കാത്ത പൂക്കൾ' എന്ന പടത്തിലെ 'പാഹിമാധവ......' എന്നിങ്ങനെ... അദ്ദേഹത്തിന്റെ ക്രിസ്ത്യൻ ഭക്തിഗീതങ്ങളും ശ്രദ്ധേയമാണ്. 'ലില്ലി' എന്ന സിനിമയിലെ

കന്യാമറിയമേ തായേ
ഞങ്ങൾക്കെന്നെന്നുമാശ്രയം നീയേ
വിണ്ണിൻ പൊന്നുണ്ണിയെ
മന്നിൽ വളർത്തിയ
ധന്യയാം മാതാവും നീയേ...
(സംഗീതം - വിശ്വനാഥൻ - രാമമൂർത്തി)

'ക്രിസ്തുമസ് രാത്രി'യിലെ

നന്മനിറഞ്ഞോരമ്മേ
അതിധന്യേ, കന്യാമറിയേ
നീ കരുണക്കടലല്ലോ!
(സംഗീതം - ബ്രദർ ലക്ഷ്മൺ)

ഭക്തിയിൽനിന്നു വേദാന്തത്തിലേക്കു കടന്നാൽ അപൂർവ്വതയുടെ ആഘോഷംതന്നെ കാണാം. നക്ഷത്രത്തിന്റെ അനന്തപ്രഭ മിന്നാമിനുങ്ങിലും കണ്ടെത്തിയ കവിയുടെ ദർശന നിറവിനുമുണ്ട് സൗന്ദര്യമേറെ.

വിണ്ണിലിരുന്നുറങ്ങുന്ന ദൈവമോ
മണ്ണിതിലിഴയുന്ന മനുഷ്യനോ
അന്ധനാര് ഇപ്പോൾ അന്ധനാര്
അന്ധകാരപ്പരപ്പിലെ അന്ധനാര്
(ചിത്രം - മൂന്നു പൂക്കൾ)

'അപ്പു' എന്ന വിളിപ്പേരും 'വേലപ്പൻ നായർ' എന്ന ശരിയായ പേരും മാറ്റിവച്ച് 'പുകഴേന്തി' എന്ന തമിഴ് പേരിൽ സംഗീതസംവിധാനം നിർവ്വഹിച്ച ആ അനശ്വര പ്രതിഭാശാലിയുടെ ഈ പ്രശസ്ത ഗാനത്തിലെ

മായാമരീചികയിൽ
മനസ്സിലെയാശകളാൽ
മാളിക കെട്ടുന്നു മാനവൻ
കാലത്തിൻ കൈയിലുള്ള
പീലിയൊന്നുഴിയുമ്പോൾ
കാണുന്നു മുന്നിൽ വെറും ശ്യൂന്യത

എന്ന വരികളിൽ ഈണവും ഭാഷയും ചേർന്നു സൃഷ്ടിക്കുന്ന രാഗഭാവലയം അനുഭവിച്ചുതന്നെയറിയണം. 'കാലത്തിൻ കൈയിലുള്ള പീലിയുഴിച്ചിൽ' എന്ന സങ്കല്പം എത്ര ഹൃദ്യം, എത്ര ആലോചനാമൃതം!

ദുഃഖങ്ങൾക്കിന്നു ഞാൻ അവധികൊടുത്തു
സ്വർഗ്ഗത്തിൽ ഞാനൊരു മുറിയെടുത്തു
വിധിയും ഞാനും ഒരുകൂടുചീട്ടുമായ്
വിളയാടാനിരിക്കുന്നു
(ചിത്രം - അമ്പലപ്രാവ്)

എന്ന ഗാനത്തിലൂടെ എല്ലാം വിധിയിൽ അർപ്പിച്ചു തോൽവി സമ്മതിക്കുന്ന മനുഷ്യാവസ്ഥയിൽ കവി പരിതപിക്കുകയും വിധിയെ സ്നേഹിതനായി സ്വീകരിച്ച് കൂടെയിരുത്താൻ ആഹ്വാനം നൽകുകയും ചെയ്യുന്നു.

മനുജ ജീവിത മലർപ്പൊതി ഇതുവരെ
അനുഭവിക്കാനെനിക്കൊത്തില്ല
പതിരും മലരും ശരിയും തെറ്റും
പെറുക്കി പെറുക്കി ഞാൻ വലഞ്ഞല്ലോ

ഏതു മനുഷ്യനാണ് ജീവിതത്തിലെ ഏതെങ്കിലുമൊരു മുഹൂർത്തത്തിൽ ഇങ്ങനെ ചിന്തിച്ചുപോകാത്തത്. തെന്നിന്ത്യൻ സിനിമയിലെ ഹാസ്യ ചക്രവർത്തിയായിരുന്ന നാഗേഷിന് ഏറ്റവും ഇഷ്ടപ്പെട്ട സിനിമാഗാനം ഇതായിരുന്നു.

മറക്കാൻ പറയുവാനെന്തെളുപ്പം
മണ്ണിൽ പിറക്കാതിരിക്കലാണതിലെളുപ്പം

എന്നു വളരെ ലളിതമായി പറയുമ്പോഴും

സ്മരിക്കാൻ പഠിപ്പിച്ച മനസ്സേ
നീയെന്നെ
മറക്കാൻ പഠിപ്പിക്കുമോ?

എന്ന് ദീനമായി ചോദിക്കുമ്പോഴും

കഴിഞ്ഞ സംഭവങ്ങൾ
ഉയിർത്തെഴുന്നേറ്റാൽ
കാലം തിരിച്ചുനടന്നാൽ
ചിലർക്കൊക്കെ രസിക്കും
ചിലർ പോയൊളിക്കും
ചിലരപ്പോൾത്തന്നെ മരിക്കും

എന്ന സത്യം പ്രഖ്യാപിക്കുമ്പോഴും ആ ദർശനത്തിന്റെ ശക്തി കുറയുന്നില്ല. മനുഷ്യന്റെ മനസ്സ് ഒരു മാന്ത്രികത്തളമാണെന്ന് കവി പറയുന്നു. അതിനു മുന്നിലും പിറകിലും വാതിലുകളുണ്ട്.

ചിലതെല്ലാമടയ്ക്കുന്നു
ജീവിക്കുവാനായ് മർത്ത്യൻ
മുഴുവനും തുറന്നവൻ
മുഴുഭ്രാന്തൻ........

'ഓർക്കുക വല്ലപ്പോഴും' എന്ന് ഉപദേശിക്കുന്ന കവിതന്നെ എല്ലാം ഓർമ്മിക്കരുത് എന്നു കൂടി പറയുന്നു. എല്ലാം ഓർമ്മിക്കുന്നവന് ഭ്രാന്തു പിടിക്കും. ജീവിതത്തിൽ നാം ഒരുപാടു കണക്കു കൂട്ടുന്നതിലും അർത്ഥമില്ല. നാളെ എന്തു സംഭവിക്കുമെന്ന് ആർക്കുമറിഞ്ഞുകൂടാ. കാവ്യപുസ്തകത്തെ കണക്കുപുസ്തകമാക്കി മാറ്റുന്ന അത്യാഗ്രഹികളും ബുദ്ധിമാന്മാരെന്ന് അഹങ്കരിക്കുന്ന വിഡ്ഢികളും തെറ്റിയ കണക്കുകളുമായി ചിതയിലേക്കു പോകും. പി. ഭാസ്കരന്റെ ഗാനങ്ങളിൽ ദാർശനിക ഭാവാത്മകത ഏറ്റവുമധികം ഉയർന്നുനിൽക്കുന്ന സൃഷ്ടിയാണ് വി. ദക്ഷിണാമൂർത്തി സംഗീതം നൽകിയ 'അശ്വതി'യിലെ 'കാവ്യ പുസ്തകം' എന്ന ഗാനം.

കാവ്യപുസ്തകമല്ലോ ജീവിതം
ഇതിൽ കണക്കെഴുതാൻ ഏടുകളെവിടെ ..?

ആരോ മനുഷ്യന്റെ മുമ്പിൽ തുറന്നുവച്ച അനഘ ഗ്രന്ഥമാണ് ജീവിതം. ഈ ഗ്രന്ഥം തന്നയാൾ (ഈശ്വരൻ) ജീവന്റെ വിളക്കും കൊളുത്തിവച്ചു. ആവോളം വായിച്ചു മതിമറക്കുവാനായി. ഈ ഗ്രന്ഥത്തിലെ ഓരോ വരിയും നാം ആസ്വദിക്കണം. ജീവന്റെ ഈ വിളക്ക് ശ്വാശ്വതമല്ല. ഇന്നോ നാളെയോ അതു കെട്ടുപോകും. പിന്നെയോ? ശൂന്യമായ അന്ധകാരം മാത്രം!

മധുരകാവ്യമിതു മറക്കുന്നു-ഇതിൽ
മണ്ടന്മാർ കണക്കുകൾ കുറിക്കുന്നു
കൂട്ടുന്നു, പിന്നെ കിഴിക്കുന്നു - ഒടുവിൽ
കൂട്ടലും കിഴിക്കലും പിഴയ്ക്കുന്നു.

ഇനി അനിതരസാധാരണമായ സങ്കല്പങ്ങളുടെ സ്മാരകങ്ങൾ എന്നു വിശേഷിപ്പിക്കാവുന്ന ചില ഗാനങ്ങളിലേക്കു പ്രവേശിക്കാം. ഇവയിൽ പ്രണയഗാനങ്ങളുണ്ട്, വിരഹ ഗീതികളുണ്ട്, അനഘ ചിന്താധാരകളുണ്ട് - തമാശപ്പാട്ടുകളുമുണ്ട്. ഭാവനയുടെ വ്യത്യസ്ത വർണ്ണചിത്രങ്ങൾ മാറിമാറി ത്തെളിയുന്ന ഒരു കലിഡൊസ്കോപ്പ് കാണുന്ന അനുഭവം നേടാം. സപ്തസ്വര വരവർണ്ണിനിയായ സംഗീതകലയെക്കുറിച്ച് എത്രയോ കവികൾ ആവർത്തിച്ചാവർത്തിച്ചെഴുതിയിരിക്കുന്നു. എന്നാൽ ഭാസ്കരൻ മാസ്റ്ററുടെ 'നാദബ്രഹ്മ'ത്തിന്റെ ആഴവും പരപ്പും വേറെയേതു ഗാനത്തിനുണ്ട്? ജി. ദേവരാജൻ ആ വരികൾ രാഗമാലികയാക്കിയപ്പോൾ ആ ഗാനം ഒരു സംഗീതസമുദ്രം തന്നെയായി. സപ്തസ്വരങ്ങളെ നാദബ്രഹ്മത്തിന്റെ സാഗരം

നീന്തിവരുന്ന സ്വർഗ്ഗസുന്ദരികളായി സംബോധന ചെയ്തുകൊണ്ടു തുടങ്ങുന്ന ഈ അനശ്വരഗാനത്തിലെ ഓരോ വാക്കും ഓരോ വരിയും അനുപമ സുന്ദരം തന്നെ.

സപ്തസ്വരങ്ങൾ സംഗീതസരസ്സിലെ ശബ്ദമരാളങ്ങൾ (അരയന്നങ്ങൾ) ആണ്. അവ കല്പനാകാകളികൾ മൂളിക്കൊണ്ട് വന്നെത്തുന്ന സ്വപ്ന ചകോരങ്ങളത്രേ. മനസ്സാകുന്ന അരങ്ങിൽ പീലിനീർത്തിയാടുന്ന മായാ മയൂരങ്ങളാണ്. ഈ ഭൂമിയിൽ കവി നിർമ്മിച്ച സ്വർഗ്ഗമണ്ഡപത്തിലെ ഉർവ്വശി, മേനക തുടങ്ങിയ അപ്സരസ്സുകളായും കവി സപ്തസ്വരങ്ങളെ കാണുന്നു.

"ഇന്നെന്റെ പുൽമേഞ്ഞ
മൺകുടിൽപോലും നിങ്ങൾ
ഇന്ദ്രസഭാതലമാക്കി."

അതുകൊണ്ട് കവി വിജയിക്കുന്നു. വയലാർ രാമവർമ്മ "എനിക്കു മരണമില്ല"എന്നു പാടി. ശരിയാണ്. യഥാർത്ഥകവികൾക്ക് മരണമില്ല. ഇതേ ആശയം മറ്റൊരുവിധത്തിൽ ഈ ഭാവഗീതിയിലും വിദലിതമാകുന്നു.

"ആയിരം ഗാനങ്ങൾ തൻ
ആനന്ദലഹരിയിൽ
ഞാനലിഞ്ഞലിഞ്ഞപ്പോൾ
അനശ്വരനായ്.."

അതെ. സംഗീതത്തിന്റെ സ്വർലോകഗംഗയിൽ മുങ്ങുന്ന കവി പരാജിതനല്ല. സംഗീതം തന്നെയാണ് കവിയുടെ മോക്ഷം. പി. ഭാസ്കരന്റെ മാത്രം സ്വന്തമെന്നു പറയാവുന്ന കാവ്യമുദ്രകൾ നിറഞ്ഞുവിളങ്ങുന്ന ചില ഗാനങ്ങളുണ്ട്. അവയിൽ ആദ്യമായി എന്റെ സ്മൃതിയിലുണരുന്നത് "ഇരുട്ടിന്റെ ആത്മാവ്" എന്ന സിനിമയിലെ ഒരു ഗാനമാണ്. ഒരു സുന്ദരിയുടെ കരിമിഴികളിൽ വച്ചു കണ്ടുമുട്ടിയ രണ്ടു കണ്ണുനീർത്തുള്ളികൾ പരസ്പരം പ്രേമബദ്ധരായ കഥ.

അടുക്കുവാൻ അവർക്കെന്നും
കഴിഞ്ഞില്ല
അകലത്താണകലത്താ-
ണിരുപേരും.
കവിളിലേക്കൊഴുകുമ്പോൾ
ഒരുമിക്കാമെന്നോർത്തു

കരളിൽ പ്രതീക്ഷയുമായ്
യാത്രതുടർന്നു.
അടുത്തതില്ല അവർ
അടുത്തതില്ല – ഒരു
നെടുവീർപ്പിൻ കൊടുങ്കാറ്റിൽ
പിരിഞ്ഞുപോയി.

രണ്ടു കണ്ണുനീർത്തുള്ളികൾ കാമുകീകാമുകന്മാരായപ്പോൾ നെടുവീർപ്പ് അവരെത്തമ്മിലകറ്റുന്ന കൊടുങ്കാറ്റായി മാറി. എത്ര മനോഹരങ്ങളായ കാവ്യ ബിംബങ്ങൾ. ഈ ദുഃഖഗാനത്തെ അനശ്വരതയിലേക്കുയർത്തിയ ബാബു രാജിന്റെ പ്രതിഭയ്ക്കുമുമ്പിലും ജാനകിയുടെ നാദമാധുരിക്കുമുമ്പിലും നന്ദിപൂർവ്വം നമുക്കു തലകുനിക്കാം.

സമാനഭാവമുള്ള മറ്റൊരു ഗാനമാണ് ബാബുരാജ് തന്നെ ഈണം പകർന്ന "അന്വേഷിച്ചു കണ്ടെത്തിയില്ല"എന്ന ചിത്രത്തിനുവേണ്ടി എസ്. ജാനകി തന്നെ പാടിയ

"കവിളത്തെ കണ്ണീർകണ്ടു
മണിമുത്താണെന്നു കരുതി
വിലപേശാനോടിവന്ന
വഴിയാത്രക്കാരാ....."

എന്ന പല്ലവിയിൽ ആരംഭിക്കുന്ന പാട്ട്. പി. ഭാസ്കരൻ മാസ്റ്റർ തന്നെ സംവി ധാനം ചെയ്ത പ്രസ്തുത ചിത്രത്തിലെ എല്ലാ ഗാനങ്ങളും ഒന്നിനൊന്നു മെച്ചമായിരുന്നു എന്ന കാര്യം സിനിമാപ്രേമികൾക്കെല്ലാം അറിവുള്ള താണല്ലോ.

യേശുദാസ് പാടിയ

"ഇന്നലെ മയങ്ങുമ്പോൾ
ഒരുമണിക്കിനാവിന്റെ
പൊന്നിൻ ചിലമ്പൊലി
കേട്ടുണർന്നു...."

പ്രണയത്തിന്റെ സ്വർണ്ണത്തൂവലായി പറന്നുവന്ന് ഈ വരികൾ ആത്മാ വിനെ തഴുകുന്നു. കാമുകൻ ഓർമ്മിച്ചില്ല. ഒരുങ്ങിയില്ല. എന്നിട്ടും മാധവ മാസത്തിൽ ആദ്യം വിരിയുന്ന മാതളപ്പൂമൊട്ടിന്റെ മണംപോലെ കാമുകി അവന്റെ അരികിൽ വന്നു.

'സ്ത്രീ' എന്ന ചിത്രത്തിലെ

'ഇന്നലെ നീയൊരു
സുന്ദര രാഗമായെൻ
പൊന്നോടക്കുഴലിൽ
വന്നൊളിച്ചിരുന്നു.
മാമക കരാംഗുലീ
ചുംബന ലഹരിയിൽ
പ്രേമസംഗീതമായ് നീ
പുറത്തുവന്നു..........'

എന്ന ഗാനവും ഓർമ്മിക്കാം. വി. ദക്ഷിണാമൂർത്തിയുടെ സംഗീത സംവിധാനത്തിൽ രൂപംകൊണ്ട 'സ്ത്രീ'യിലെ മറ്റൊരു ഗാനവും കാവ്യനീതിയും കഥാസന്ദർഭവും തമ്മിലുള്ള ഐക്യഭംഗിയാൽ ഉജ്ജ്വല ശോഭയാർജ്ജിച്ചിരിക്കുന്നു. ഗത്യന്തരമില്ലാതെ അഭിസാരികയാകേണ്ടിവന്ന ഒരു സ്ത്രീയുടെ ഈ ആത്മവിലാപം ശ്രദ്ധിക്കുക.

"അമ്പലവെളിയി-
ലൊരാൽത്തറയിൽ
കൈക്കുമ്പിളിൽ നാലഞ്ചു
പൂക്കളുമായ്
കണ്ണുനീർച്ചരടിന്മേൽ
മാലകോർത്തിരിക്കുന്ന
സന്ന്യാസിനിയാണു ഞാൻ –പ്രേമ
സന്ന്യാസിനിയാണു ഞാൻ."

ഇവിടെ അമ്പലം 'സമൂഹ'മാണ്. സദാചാരപ്രതിഷ്ഠയുള്ള ആ സമൂഹത്തിന്റെ വെളിയിലാണ് അവൾക്കു സ്ഥാനം. എങ്കിലും ദേവനുവേണ്ടി അവൾ മാല കോർക്കുന്നു. കണ്ണുനീരാണ് മാലയുടെ നാര്. ആകെ നാലഞ്ചു പൂക്കളേയുള്ളൂ. അവകൊണ്ട് മാല പൂർണ്ണമാകുമോ–? അവൾ പറയുന്നു: "ഉത്സവവേളയിൽ സ്വപ്നത്തിന്റെ തേരിൽ എന്റെ ദേവൻ പുറത്തെഴുന്നള്ളുമ്പോൾ ആ പാദങ്ങളിൽ നമസ്കരിച്ച് നിർവൃതി നേടി ഞാൻ നിഴലിൽ മറഞ്ഞു നിൽക്കും."

എന്തിനെന്നറിവീല
എന്റെ യീപൂജാമാല്യം
എന്നും ഞാൻ കോർക്കുന്നു
വിദൂരതയിൽ

ആരാധനയ്ക്കല്ല
അലങ്കരിക്കാനുമല്ല
അധഃകൃതയല്ലോ ഞാൻ -വെറും
അധഃകൃതയല്ലോ ഞാൻ.

ചുരുക്കം ചില വാക്കുകൾകൊണ്ട് ഉദാത്തബിംബങ്ങൾ തീർക്കാനും കഥാസന്ദർഭത്തിന്റെ സൂക്ഷ്മതലങ്ങളിലേക്കിറങ്ങിച്ചെല്ലാനും ഈ ശ്രേഷ്ഠകവിക്കുള്ള പാടവത്തിന് ഉത്തമനിദർശനമാണ് ഈ ഗാനം.

"മാനത്തെ കായലിൽ മണപ്പുറത്ത് വന്നെത്തിയ താമരത്തോണിയിൽ ഭ്രമിച്ചും സംക്രമപ്പൂനിലാവ് ഇറങ്ങിവന്നപ്പോൾ കൊണ്ടുവന്ന പിച്ചകമാല തനിക്കുള്ളതാണെന്നു വിശ്വസിച്ചും കഴിഞ്ഞ പെൺമനസ്സ് 'കരിമുകിൽ കാട്ടിലെ രജനിതൻ വീട്ടിലെ കനകാംബരങ്ങൾ വാടിയപ്പോൾ യാത്രയായ കടത്തുവള്ളത്തെ നോക്കി വേദനതിന്നുന്നതും "കള്ളിച്ചെല്ലമ്മ" എന്ന ചിത്രത്തിൽ നാം കാണുകയും കേൾക്കുകയും ചെയ്തു.

കുട്ടികൾ പാടുന്ന പാട്ടും കുട്ടികൾക്കുവേണ്ടി മുതിർന്നവർ പാടുന്ന പാട്ടും രചിക്കുമ്പോൾ കവിയും ഭാവനാവിലാസമുള്ള ഒരു കുട്ടിയായി മാറുന്നു. ഉദാഹരണങ്ങൾ എത്രവേണമെങ്കിലുമുണ്ട് -

(1) കാക്കയ്ക്കും പൂച്ചയ്ക്കും കല്യാണം
നാട്ടിൽ മുഴുക്കെ പൊന്നോണം
സുന്ദരിക്കാക്കയ്ക്കു പുന്നാരം
പൊന്നിളം വെയിലത്തു കല്യാണം."

(ചിത്രം : പകൽക്കിനാവ്)

(2) പണ്ടു പണ്ടൊരുകാലത്ത്
പമ്പയാറ്റിൻ തീരത്ത്
കതിർകാണാപക്ഷിയൊരുത്തി
കതിരുകൊത്താൻ പോയി

(ചിത്രം : അഷ്ടപദി)

(3) അമ്പിളിമാമാ അമ്പിളിമാമാ
കുമ്പിളിലെന്താണ്
കൊമ്പനാനയേറിവരും
അമ്പിളിമാമാ

പമ്പരം തിരിച്ചുവരും
അമ്പിളിമാമാ
അമ്പലത്തിൽ ചാർത്തിടുവാൻ
മാലതരാമോ?

(ചിത്രം : പാവപ്പെട്ടവൾ)

(4) അപ്പം തിന്നാൻ തപ്പുകൊട്ട്
താമരക്കയ്യാൽ തപ്പുകൊട്ട്
പൂവിലെ വണ്ടിനാൽ
തപ്പിനു തംബുരു
പുന്നാരം പാടിതപ്പുകൊട്ട്.

(ചിത്രം : ഉമ്മ)

(5) ആനന്ദക്കുട്ടനിന്നു പിറന്നാള്
ആയില്യം മകത്തിനു പിറന്നാള്
അച്ഛന്റെ കണ്ണിലെ കണ്മണിയായ്
അമ്മതൻ കരളിലെ തേൻകനിയായ്
അയലത്തുകാർക്കെന്നും പൂക്കണിയായ്
ആരോമൽപ്പൊന്നുണ്ണി നീ വളരാവൂ..

(ചിത്രം : അപ്പൂപ്പൻ)

(6) ഓടും പാവ ചാടും പാവ
ഓടിയോടി വാ കുഞ്ഞേ
കൈപൊക്കുന്നൊരു പാവ
കളിയാടും കളിപ്പാവ.

(ചിത്രം : സ്നേഹദീപം)

(7) ഓലക്കം ഓലക്കം ഓമനക്കുട്ടന്
കാലത്തെ കാവുങ്കൽ ചോറൂണ്
പൊന്നാമ്പൽകടവിങ്കൽ നീരാട്ട് – പിന്നെ
കണ്ണന്റെ നേദ്യംകൊണ്ടമൃതേത്ത്

(ചിത്രം : ആഴി അലയാഴി)

(8) കണ്ണുപൊത്തിക്കളി കാക്കാത്തിക്കളി
കാട്ടിലൊളിച്ചൊരു കണ്ണാകണ്ണാ
കള്ളനെ വെക്കം പിടിക്കാൻ വാ
വെക്കം വെക്കം പിടിക്കാൻ വാ.

(ചിത്രം : ശ്യാമളച്ചേച്ചി)

(9) ഈച്ചയും പൂച്ചയും കഞ്ഞിവെച്ചു
ഇരുന്നാവൂരിക്കഞ്ഞിവെച്ചു
പൂച്ചവന്നു കട്ടുകുടിച്ചു
ഈച്ച വന്നപ്പോൾ കലമുടച്ചു.

(ചിത്രം : മറ്റൊരു സീത)

(10) കാറ്റേ വാ പൂമ്പാറ്റേ വാ
പഞ്ചാരക്കുട്ടനു പങ്കവലിക്കുവാൻ
മഞ്ചാടിക്കുന്നിലെ കാറ്റേ വാ-

(11) ഒന്നാം തരം ബലൂൺ തരാം
ഒരു നല്ല പീപ്പി തരാം
ഓടിയോടിയോടി വന്നൊരു
മുത്തം തന്നാട്ടെ – ചക്കര
മുത്തം തന്നാട്ടെ.

(ചിത്രം : സ്നേഹദീപം)

(12) കർപ്പൂരത്തേന്മാവിൽ
കൊതിതുള്ളും മലയണ്ണാനേ
കാലത്തെ നീയെനിക്കൊരു
മാമ്പഴം കൊണ്ടത്തായോ....

(ചിത്രം : രാജമല്ലി)

(13) തപ്പോ തപ്പോ പൊൻമണിച്ചെപ്പോ
താമരപ്പൂമൊട്ടോ
തപ്പിലരിപ്പൊടി കണ്ണാടി
തപ്പുകൊട്ടുണ്ണീ തപ്പുകൊട്ട്.

(ചിത്രം : പുഴ)

(14) പണ്ടു പെരുന്തച്ചനുണ്ടാക്കി നല്ലൊരു
പഞ്ചകല്യാണിക്കുതിര
വെഞ്ചാമരം പോലെ കുഞ്ചിമുടിയുള്ള
പഞ്ചകല്യാണിക്കുതിര
(ചിത്രം : മിന്നാമിനുങ്ങ്)

(15) തുമ്പീ തുമ്പീ തുള്ളാൻ വായോ
ചെമ്പകപ്പൂക്കൾ നുള്ളാൻ വായോ
മുറ്റത്തെ മുല്ലയിലൂഞ്ഞാലാടാം
തത്തമ്മപ്പെണ്ണിൻ കൊഞ്ചൽ കേൾക്കാം
(ചിത്രം : അപരാധി)

(16) മണ്ണാങ്കട്ടയും കരിയിലയും
കണ്ണാരം പൊത്തിക്കളിക്കാൻ പോയ്
കരിവേപ്പിൻ തണലിൽ കർക്കിടമാസം
കടുക്കാരം ചൊല്ലിക്കളിക്കാൻപോയ്
(ചിത്രം : ഭാഗ്യമുദ്ര)

പതിനൊന്ന്

ദാമ്പത്യം എന്ന തടിച്ചങ്ങാടം

ചില വിഷയങ്ങൾ വാചാലമായി അവതരിപ്പിക്കുന്ന കവിയാണ് പി. ഭാസ്കരൻ. പ്രത്യേകതയുള്ള ആശയം അവതരിപ്പിക്കുമ്പോൾ സമാന സ്വഭാവമുള്ള രണ്ടോ മൂന്നോ ഉപമകൾ അദ്ദേഹം പ്രയോഗിച്ചെന്നിരിക്കും. എന്നാൽ ഇതിനു നേരെ വിപരീതമായി വിശദമായി പറയാവുന്ന ചില ആശയങ്ങൾ അദ്ദേഹം വളരെ ഒതുക്കത്തോടെ അവതരിപ്പിക്കുകയും ചെയ്യും. പെരുമഴ പെട്ടെന്നു ചാറ്റൽ മഴയാകുംപോലെ; വലിയ ആരവങ്ങൾക്കുശേഷം നിശ്ശബ്ദത വരുംപോലെ. ചുരുക്കം ചില വാക്കുകളിലൂടെ ത്രിമാന സ്വഭാവമുള്ള ചിത്രങ്ങൾ വരയ്ക്കാൻ അദ്ദേഹത്തിനു കഴിയും. 'യാദൃച്ഛികം' എന്ന കവിത ഇതിനു ദൃഷ്ടാന്തമായെടുക്കാം. പതിനാലു വരികൾ മാത്രമുള്ള ഒരു ഗീതകമാണിത്. പണ്ടെന്നോ വഴിപിരിഞ്ഞുപോയ കാമുകീകാമുകന്മാർ യാദൃച്ഛികമായി ഒരു ബസ് സ്റ്റോപ്പിൽവച്ചു കണ്ടുമുട്ടുന്നു. കവിയുടെ ഭാഷയിൽ പറഞ്ഞാൽ 'നീലാകാശച്ചെരുവിൽ മൗനമാകുന്ന കിളിമാവിന്റെ തണലിൽ താമസിക്കാതെയെത്തുമെന്നു പ്രതീക്ഷിക്കുന്ന വർത്തമാനസത്യത്തിന്റെ ബസ്സുകാത്തുനിൽക്കുന്നു. ബസ്സു മുന്നിൽ നിർത്തുമ്പോൾ അതിൽ കയറുവാൻ - തൊട്ടുതൊട്ടിരിക്കുവാൻ - കൂടെ സ്വന്തം സ്വപ്നപേടകങ്ങളെയും കയറ്റുവാൻ എന്താണു വഴിയെന്നോർത്ത് വ്യഥപൂണ്ട് ഇരുവരും നിൽക്കുന്നു. തുടർന്നുള്ള കാവ്യഭാഗം ശ്രദ്ധിക്കുക. ഉദാത്തം, ഉജ്ജ്വലം, അതുല്യം എന്നൊക്കെ വിശേഷിപ്പിക്കാവുന്ന സാക്ഷാത്ക്കാരത്തിന്റെ പൂർണ്ണത നമുക്കീ വരികളിൽ കാണാം.

> മൂകതാ മാകന്ദത്തിൻ നിഴലിൽനിന്നൂ നമ്മൾ
> ശാഖകൾതോറും നമ്മൾ നുകരാൻ കൊതിച്ചതാ-
> മായിരം പദങ്ങൾതൻ പഴങ്ങൾ കിടന്നാടി.

കാമുകിയും കാമുകനും നിശ്ശബ്ദതയാകുന്ന തേന്മാവിന്റെ നിഴലിൽ നിന്നു. പരസ്പരം കൈമാറാനാഗ്രഹിച്ച ആയിരം വാക്കുകൾ പഴങ്ങളായി ആ മാവിന്റെ ചില്ലകളിൽ കിടന്നാടുന്നുണ്ടായിരുന്നു. എന്നിട്ടോ - ?

താഴത്തുവീഴ്ത്തീടാതാത്തേന്മാവു കൊതിപ്പിച്ചു
ഒരു നിശ്വാസക്കാറ്റുവന്നെങ്കിൽ പൊഴിഞ്ഞീടും
പഴുതേ നാമാശിച്ചു; പാതതൻവക്കിൽ നിന്നു.

നിശ്ശബ്ദതയുടെ മാവിൻ ചില്ലയിൽ കിടന്നാടുന്ന പദങ്ങളാകുന്ന പഴങ്ങൾ ഒരു നിശ്വാസക്കാറ്റു വന്നാൽ പൊഴിയും- വെറുതേ അവർ രണ്ടുപേരും ആഗ്രഹിച്ചു. പക്ഷേ ഒന്നും സംഭവിച്ചില്ല. പരസ്പരം നോക്കുകയും രണ്ടു പേരിലൊരാൾ ഒരു നെടുവീർപ്പിടുകയും ചെയ്തിരുന്നെങ്കിൽ അവർ തമ്മിൽ സംസാരിച്ചേനെ, എന്നാൽ അതുണ്ടായില്ല. എത്ര മനോഹരം! എത്ര വ്യത്യസ്തമായ അവതരണം. ആവർത്തിച്ചു പറയട്ടെ, പി. ഭാസ്കരൻ എന്ന കവിയുടെ കവിതകളിലെ പ്രണയം മാംസനിബദ്ധമല്ല. ശരീരങ്ങൾ തമ്മിൽ ഇഴുകിച്ചേരുന്നതിനെപ്പറ്റിയല്ല, രണ്ടു മനസ്സുകൾ പരസ്പരം അലിഞ്ഞുചേരുന്നതിനെപ്പറ്റിയാണ് അദ്ദേഹം പാടാറുള്ളത്. ദാമ്പത്യാനുഭവങ്ങൾ വിവരിക്കുമ്പോൾ പോലും അദ്ദേഹം തന്റെ ഭാഷയ്ക്ക് സ്വന്തം മുദ്രയുള്ള ഈ നിയന്ത്രണം നൽകുന്നു. പെണ്ണുകാണൽ, മധുവിധു സ്മരണ, തടിച്ചങ്ങാടം എന്നീ മൂന്നു കവിതകളുടെ അർത്ഥതലങ്ങളിലേക്ക് നമുക്കൊന്നിറങ്ങിച്ചെല്ലാം.

"പെണ്ണുകാണൽ" എന്ന കവിത കതിർമണ്ഡപത്തിലേക്കു പ്രവേശിക്കാൻ തയ്യാറെടുത്തു നിൽക്കുന്ന വധൂവരന്മാർ വായിച്ചിരിക്കേണ്ട കവിതയാണ്.

രണ്ടു ജീവിതങ്ങളെയൊന്നിച്ചുചേർക്കാൻ പണ്ടു
പണ്ടുനാൾതൊട്ടേ പൂർവർ നടത്തും ചടങ്ങതിൽ
കാണികളാണന്യന്മാർ, നമ്മളോ പരസ്പരം
പ്രാണനെപ്പകുത്തീടാൻ ബാധ്യസ്ഥരാകും നാളെ.
അച്ഛനു ഭാരംതീർക്ക, ലമ്മയ്ക്കുപുത്തൻവേഴ്ച;
ഇച്ഛപോൽ കൂട്ടുകാർക്കു കൂടുവാനവസരം
ബന്ധുക്കൾക്കൊരു സദ്യ നമുക്കോ മരിപ്പോളം
ബന്ധം: എന്തെന്തന്തരമവരും നാമും തമ്മിൽ.
കണ്ടുമുട്ടീടുംനേരം നമ്മൾ ഹാ വിധിക്കേണം
രണ്ടിനും നമ്മൾമാത്രം: വിധിക്കാൻ വിധി വാങ്ങാൻ.

പെണ്ണുകാണൽച്ചടങ്ങിൽ പങ്കെടുക്കുന്ന ബന്ധുക്കൾക്ക് അതു കുശലം പറയാനും നല്ല ഭക്ഷണം കഴിക്കാനുമുള്ള അവസരമാണ്. എന്നാൽ പെണ്ണിനും ചെറുക്കനും അതു ഭാവിജീവിതത്തിന്റെ ബ്ലൂപ്രിന്റ് തയ്യാറാക്കലാണ്. പെണ്ണുകാണൽച്ചടങ്ങ് കവിയുടെ ഭാഷയിൽ രണ്ടു ഹൃദയങ്ങൾ കണ്ണുകൾകൊണ്ട് ഭാഗ്യക്കുറിയെടുക്കുന്ന മുഹൂർത്തമത്രേ.

"മിഴിയാൽ നോക്കീല ഞാൻ നിന്നെയെൻ സഖീ പക്ഷേ
തഴുകീ നിന്നാത്മാവിൻ തന്ത്രിയെൻ മൃദുകരം"

മനസ്സുകൾകൊണ്ട് രണ്ടുപേരും അങ്ങോട്ടുമിങ്ങോട്ടും പല ചോദ്യങ്ങളും ചോദിച്ചു.

'ഉത്തരം നാംരണ്ടാളു
മോതീല; പരസ്പരം
അർത്ഥമുണ്ടാമോ നമ്മെ-
ച്ചുറ്റിയ മൗനത്തിന്നും.......?

മൗനം വാചാലമാണ് എന്നു നമ്മൾ പറയാറുള്ളത് ഇത്തരം സന്ദർഭങ്ങളിലാണല്ലോ. പഴയ കാലഘട്ടത്തിൽ കേരളത്തിലെ ഒരു നായർത്തറവാട്ടിൽ നടന്ന പെണ്ണുകാണലിനെപ്പറ്റിയാണ് കവി പറയുന്നത്. ഇന്ന് സ്ഥിതിഗതികൾ ആകെ മാറിമറിഞ്ഞിരിക്കുന്നു. യാഥാസ്ഥിതികരായ രക്ഷകർത്താക്കൾ പോലും ഇപ്പോൾ പെണ്ണിനും ചെറുക്കനും പരസ്പരം സംസാരിക്കാനുള്ള അവസരം നൽകാറുണ്ട്. എന്നാൽ അമ്പതുകളിലെ സ്ഥിതി അതായിരുന്നില്ല.

കാൽനഖത്തൂവെള്ളയിൽ
കണ്മുന താഴ്ത്തിക്കൊണ്ടും
പാൽനുരപ്പൂപ്പുഞ്ചിരി
യമർത്താൻ പണിപ്പെട്ടും
പൂമരം നിഴലിനെ
നോക്കിനിൽപ്പതുപോലെ-
യാമുറിക്കകത്തന്നു
നീ നിന്നനില്പോർക്കുന്നു.

വിവാഹം നടന്നുകഴിഞ്ഞ് വർഷങ്ങൾക്കുശേഷം ആ മധുരസ്മരണകൾ അയവിറക്കുന്നതിലുള്ള സുഖം ഒന്നുവേറെത്തന്നെയാണ്, ആ ദാമ്പത്യത്തിൽ രണ്ടുപേരും സംതൃപ്തരാണെങ്കിൽ പ്രത്യേകിച്ചും.

'പെണ്ണുകാണലി'ന്റെ ഒരു തുടർക്കവിതയായി "മധുവിധുസ്മരണ"യെ കണക്കാക്കാമെന്നു തോന്നുന്നു. ഭാര്യയുടെയും ഭർത്താവിന്റെയും മുടിയിൽ കാലം വനമുല്ലപ്പൂവുകൾ നിർലോഭം ചൂടിച്ചതിനുശേഷം, അതായത് വൃദ്ധരായതിനുശേഷം അവർ ഇരുവരും മധുവിധുനാളുകളെക്കുറിച്ചു ചിന്തിക്കുന്നു. അങ്ങനെ വീണ്ടും അവർ യൗവനത്തിലേക്കു മടങ്ങിപ്പോകുന്നു.

മകുടിയൂതീടുന്നു
മധുരസ്മൃതിച്ചോട്ടിൽ
മദനൻ; യൗവനത്തിൽ
ജനിപ്പൂ വീണ്ടും നമ്മൾ

മറക്കില്ലൊട്ടും നമ്മൾ
　　　　സർപ്പത്തിൻ ശിരസ്സിങ്കൽ
ഇരിക്കുമീ മാണിക്യം
　　　　നമ്മൾതൻനിധിയല്ലോ.

ഇവിടെ കവി രതിയെ സർപ്പമായും കാമദേവനെ മകുടിയൂതി സർപ്പത്തെ നൃത്തംചെയ്യിക്കുന്ന പാമ്പാട്ടിയായും സങ്കൽപ്പിക്കുന്നു. മധുരിക്കുന്ന ഓർമ്മകളാകുന്ന മരത്തിന്റെ ചുവട്ടിലാണ് മദനൻ ഇരിക്കുന്നത്. എത്ര സുന്ദരമായ ഭാവനാചിത്രം!

വിവാഹം കഴിഞ്ഞ് മൂന്നാം ദിവസം വധു വീട്ടിന്നടുത്തുള്ള താമരക്കുളത്തിൽ കുളിക്കാനിറങ്ങിയപ്പോൾ വരൻ വിരലിലണിയിച്ച തങ്കമോതിരം വെള്ളത്തിൽ പോയി. വധു 'കരളും കണ്ണും നീറി' കരഞ്ഞു. ദോഷൈകദൃക്കുകൾ എല്ലാ സ്ഥലങ്ങളിലുമുണ്ടല്ലോ. അവർ പറഞ്ഞു: 'ലക്ഷണം ബഹുമോശം; ജീവിതമാകെ ക്ലേശം...' പക്ഷേ കവി അതിൽ തെല്ലും ദുഃഖിച്ചില്ല. ഈ വാർദ്ധക്യത്തിലും അദ്ദേഹം സന്തുഷ്ടനാണ്.

"എങ്കിലുമിന്നും നിന്റെ
　　　　നഷ്ടമാമംഗുലീയം
എന്നുടെ മനസ്സിലെ
　　　　താമരക്കുളത്തിങ്കൽ
ഇപ്പോഴുമൊളിപ്പിച്ചു
　　　　സൂക്ഷിച്ചു വയ്ക്കുന്നു ഞാൻ,
ഇടവക്കരിമാനം
　　　　ഇന്ദുബിംബത്തെപ്പോലെ.

ഇടവമാസരാത്രിയിൽ കാർമേഘം ചന്ദ്രബിംബത്തെയെന്നപോലെ ഇപ്പോഴും എന്റെ മനസ്സിലെ താമരക്കുളത്തിൽ നഷ്ടപ്പെട്ട നിന്റെ തങ്കമോതിരം ഞാൻ സൂക്ഷിക്കുന്നു. ഈ വരികളിലെ ഉപമയ്ക്കുമുണ്ട് അവാച്യമായ ഭംഗി. ഇന്ദിര എന്നാണല്ലോ കവിയുടെ സഹധർമ്മിണിയുടെ നാമം.

പി. ഭാസ്കരൻ രചിച്ച ദാമ്പത്യകവിതകളിൽ ഭാവസൗന്ദര്യംകൊണ്ട് ഒന്നാം സ്ഥാനത്തു നിൽക്കുന്നത് 'തടിച്ചങ്ങാടം' എന്ന കവിതയാണ്. ഒരു പുസ്തകം തന്നെ രചിക്കാനുതകുന്ന ശക്തിയും ചൈതന്യവും 'തടിച്ചങ്ങാട'ത്തിനുണ്ട്. ദാമ്പത്യ ജീവിതത്തിന്റെ ദൃഢതയും കെട്ടുറുപ്പും നിലനിൽക്കണമെങ്കിൽ പരസ്പരസ്നേഹവും അടിയുറച്ച വിശ്വാസവും വിട്ടുവീഴ്ചാമനോഭാവവും കൂടിയേ കഴിയൂ. യഥാർത്ഥപ്രണയം പിടിച്ചു വാങ്ങാനുള്ളതല്ല. രണ്ടു ഹൃദയങ്ങളിൽ നിന്നും താനേ ഒഴുകേണ്ട പ്രവാഹമാണത്.

–ചുമരിന്മേൽ തൂങ്ങുന്ന പഴയ കല്യാണഫോട്ടോ ഭാര്യ കൈയിലെടുത്ത് അതിൽ പറ്റിയിരിക്കുന്ന പൊടിയും അഴുക്കും തുടച്ചുകളയുന്നത് കൗതുക

പൂർവ്വം നോക്കിനിൽക്കുകയാണ് ഭർത്താവ്. അപ്പോൾ ഭർത്താവിന്റെ ഹൃദയ ഭിത്തിയിൽനിന്ന് പ്രിയതമയുടെ നവതാരുണ്യത്തിന്റെ ചിത്രം സ്മൃതി കൗതുകത്തോടെ വീണ്ടും എടുത്തുനോക്കുകയാണ്. മുറികൾ വെടിപ്പാക്കുന്നതിനിടയിൽ ഭർത്താവെന്താണു ചിന്തിക്കുന്നതെന്ന് ഭാര്യയ്ക്കു മനസ്സിലായി. ആ അറിവ് ഒരു മന്ദസ്മിതമായി അവരുടെ ചുണ്ടിൽ വിടരുകയും ചെയ്തു.

ഉദിക്കുമുഷസ്സിന്റെ മുഖംപോൽ
തുടുത്തോരെൻ
വധുവിൻ വ്രീളാരാഗവ്യാമിശ്ര
വദനം ഞാൻ
സ്മൃതിയാൽ ലാളിച്ചപ്പോൾ
തെളിഞ്ഞൂ കണ്ണിൽ വീണ്ടും
ഗതകാലത്തിൻ വർണ്ണഭാസുര ചലച്ചിത്രം.

പണ്ടുപണ്ട് ആരോ കണ്ടുപിടിച്ച മുഹൂർത്തത്തിൽ, ആകാശത്ത് ഇടവമാസത്തിലെ നീലക്കാർ മുകിൽമാല ഈന്തപ്പനപ്പട്ട മേഞ്ഞുയർത്തിയ മംഗളമലർവേദി വധൂവരന്മാരെ എതിരേല്ക്കവേ, കതിർമണ്ഡപത്തിൽ പകച്ചും ആ പകപ്പ് മറയ്ക്കാൻ ഇടയ്ക്കൊന്നു ചിരിച്ചും രണ്ടാത്മാവുകൾ മറ്റാരോ ചൊല്ലിക്കൊടുത്തതനുസരിച്ച് തെറ്റിച്ചും തെറ്റാതെയും കല്യാണച്ചടങ്ങുകൾ ചെയ്തു തീർത്തു. ഒടുവിൽ ഒരു മോതിരത്തിന്റെ ബലത്താൽ, കഴുത്തിലെ വരണാഭരണത്തിലെ വട്ടക്കണ്ണിയുടെ കെല്പാൽ, ലോലമായ ഒരു താലിച്ചരടാൽ, ഇളം സ്വപ്നങ്ങൾ കൊരുത്ത പൂമാലയാൽ രണ്ടു ജീവിതങ്ങളെ, രണ്ടു ദർശനങ്ങളെ ഒരുമിപ്പിച്ചു. അങ്ങനെ രണ്ടു പാഴ്ത്തടികൾ ചേർന്ന് ഒരു ചങ്ങാടം രൂപം കൊണ്ടു; ദാമ്പത്യം എന്ന തടിച്ചങ്ങാടം! ജീവിതമാകുന്ന സമുദ്രത്തിലേക്ക് ഭാവിയുടെ ചുഴികളെ ഭയപ്പെടാതെ ആ ചങ്ങാടം യാത്രതുടങ്ങി. പങ്കായംകൊണ്ടു തുഴഞ്ഞും കൈ തളരുമ്പോൾ കെട്ടുപായ് കാറ്റിന്നനുകൂലമായി നിവർത്തിക്കെട്ടിയും ആ ചങ്ങാടം മുന്നോട്ടു പോയി. ഇടയ്ക്ക് വഴി തെറ്റിയോ എന്നു സംശയിച്ചു. ആ യാത്രയിൽ തടിച്ചങ്ങാടത്തിലെ യാത്രക്കാരെ ആഹ്ലാദം മാത്രമല്ല കാത്തിരുന്നത്. "അമരം തെറ്റിച്ചെ"ന്നു സഹയാത്രിക പരാതിപറഞ്ഞപ്പോൾ സമയമാകുന്ന സമീരണൻ (കാലമാകുന്ന കാറ്റ്) സഹായമെത്തിച്ചു.

നമ്മുടെ തടിച്ചങ്ങാടത്തിനെ
കാക്കാനെന്നും
നമ്മളെക്കാളും ശ്രദ്ധ
യർപ്പിച്ചിട്ടഹർനിശം

വിണ്ണിലെധ്രുവതാരം
ദീപസ്തംഭമായ്നിന്നു
കണ്ണിമയ്ക്കാതെ കാവൽ
കാത്തതുമെല്ലാമെല്ലാം
കൺമുന്നിൽ ചലച്ചിത്ര
ദൃശ്യമായ് തെളിഞ്ഞപ്പോൾ
കണ്ണീരും ചിരിയുമായ്
കണ്ടുഞാനിരുന്നുപോയ് !

കടലാണ് ജീവിതം; ദാമ്പത്യം തടിച്ചങ്ങാടവും. ഇന്നും ഈ ചങ്ങാടം ഒരു കൊള്ളിമീൻ വെട്ടത്തിലോ ആഞ്ഞടിക്കുന്ന കാറ്റിലോ വല്ലപ്പോഴു മൊക്കെ ഉലയാറുണ്ട്. എങ്കിലും തുടക്കത്തിൽ വളരെ ദുർബ്ബലങ്ങളായിരുന്ന തടികളും അവയെ തമ്മിൽ ബന്ധിപ്പിച്ച കെട്ടുകളും പിന്നീട് എത്രമാത്രം ദൃഢതരമായിത്തീർന്നു എന്ന് അവർ ചിന്തിക്കുന്നു. ഈ ബലം എവിടെ നിന്നാണു ലഭിച്ചത്? സന്താനങ്ങളോടുള്ള സ്നേഹമാകുന്ന നെയ്യ് ഈ പാഴ്ത്തടികൾക്കു നൽകി ചങ്ങാടത്തെ ശുശ്രൂഷിച്ചതു കൊണ്ടോ, അതോ ജീർണ്ണിച്ചു തുടങ്ങിയ കെട്ടുകൾക്ക് ജീവന്റെ കയറിനാൽ ശക്തി നൽകിയതു കൊണ്ടോ! എന്തായാലും ഇപ്പോഴും ചങ്ങാടത്തെ കളിത്തോണിയായി കരുതി നാം സമുദ്രയാത്ര തുടരുന്നു. ഇപ്പോഴും തിരകൾ ചീറ്റുകയും തുള്ളു കയും ചെയ്യുന്നുണ്ട്. എത്രയോ തോണികൾ കടലിൽ മുങ്ങിപ്പോയി. യന്ത്ര ക്കപ്പലുകൾപോലും താണുപോയി. ഓരോ യാനപാത്രത്തിന്റെ തകർച്ചയും തന്നെ ഞെട്ടിച്ചെങ്കിലും "കയർക്കുന്ന ഈ കടൽക്കാറ്റിനെ ഞാൻ പണ്ടേ തന്നെ ഉറ്റ തോഴനാക്കി"യെന്ന് കവി പറയുന്നു. (വിധിയും ഞാനും ഒരു കൂടു ചീട്ടുമായ് വിളയാടാനിരിക്കുന്നു എന്നു കവി പാടിയിട്ടുണ്ടല്ലോ) അതുകൊണ്ട് ചങ്ങാടത്തിന്റെ പഴക്കം കവിയായ ഭർത്താവിനെ ഭയപ്പെടു ത്തുന്നില്ല. അദ്ദേഹം പറയുന്നു:

ഇനിയുമലച്ചാർത്തു
പൊന്തട്ടേ പെരുങ്കടൽ
എനിക്കു ഭയമില്ലി-
ച്ചങ്ങാടം തുഴയുവാൻ
വഴികാട്ടുവാൻ ധ്രുവ-
നക്ഷത്രം നിൽപ്പൂ വിണ്ണിൽ
നിഴലായ്ത്താഴെ
നിന്റെ നീലകുങ്കുമപ്പൊട്ടും!

ദാമ്പത്യജീവിതത്തിന്റെ മഹത്ത്വവും ശക്തിയും ഇത്രയും മനോഹരമായി ആവിഷ്കരിക്കുന്ന മറ്റൊരു കവിത മലയാള ഭാഷയിൽ എഴുതപ്പെട്ടിട്ടില്ല.

പന്ത്രണ്ട്

തൂലികാ ചിത്രങ്ങൾ

കാവിതയിൽ തൂലികാചിത്രങ്ങൾ രചിക്കുന്നതിൽ പി. ഭാസ്കരൻ എന്ന കവിക്കുള്ള കഴിവിനെക്കുറിച്ച് 'ജോർജ് ചടയൻമുറി' എന്ന കവിതയെക്കുറിച്ചെഴുതിയപ്പോൾ സൂചിപ്പിക്കുകയുണ്ടായി.

എ. ബാലകൃഷ്ണപിള്ള, സൈഗാൾ ഞാൻ അങ്ങയെ സ്നേഹിക്കുന്നു, മഹാലിംഗം എന്ന മാലി, എ.സി.സാബു, ബാബുരാജ്, നല്ലളം ബീരാൻ; ഒരു പഴയ ഓർമ്മ, കൊടുങ്ങല്ലൂർ കുഞ്ഞിക്കുട്ടൻ തമ്പുരാൻ, എം.പി. അപ്പന് സ്നേഹാദരപൂർവ്വം, പ്രേംനസീർ സ്മരണ, കെ. ബാലകൃഷ്ണൻ, സുഗതൻ സാർ തിരിച്ചുവന്നാൽ, മുഹമ്മദ് അബ്ദു റഹിമാൻസാഹിബ്, അമ്പലപ്പുഴ രാമവർമ്മ, വൈലോപ്പിള്ളി സ്മരണ, പാറപ്പുറം സ്മരണ, പത്മരാജൻ സ്മരണ തുടങ്ങിയ ഭാസ്കരൻ കവിതകൾ സ്മൃതിവർണ്ണങ്ങൾകൊണ്ടു വരച്ച ഛായാചിത്രങ്ങളായി വിളങ്ങുന്നു. ഈ രചനാ സമ്പ്രദായത്തിൽ പി. ഭാസ്കരനെ അതിശയിക്കുന്ന ഒരു കവി മലയാളത്തിൽ ഇന്നോളം ഉണ്ടായിട്ടുണ്ടെന്നു തോന്നുന്നില്ല. വിചാരത്തെക്കാൾ വികാരത്തിനു കവി പ്രാധാന്യം നൽകിയ ഒരു കാലഘട്ടത്തിന്റെ ചിത്രമായതുകൊണ്ടാവാം, 'ജോർജ് ചടയൻമുറി' എന്ന കവിത ഇക്കൂട്ടത്തിൽ വേറിട്ടുനിൽക്കുന്നത്. മലയാള സാഹിത്യരംഗത്തു കാലുറപ്പിക്കുവാൻ ഈ ലേഖകനും കരുത്തു നൽകിയ പത്രാധിപരാണ് കൗമുദി വാരികയുടെ ജീവാത്മാവും പരമാത്മാവുമായിരുന്ന കെ. ബാലകൃഷ്ണൻ എന്ന ജീനിയസ്. അദ്ദേഹം അന്തരിച്ചപ്പോൾ പി. ഭാസ്കരൻ എഴുതിയ കവിതയിൽ ആ വ്യക്തിത്വത്തിന്റെ എല്ലാ മുഖങ്ങളെയും ചുരുക്കം വരികളിലൂടെ ആവിഷ്കരിച്ചിരിക്കുന്നതു കാണാം. പ്രിയ സുഹൃത്തിന്റെ സമാധിയിൽ പൂച്ചെണ്ടുവച്ച് സ്തബ്ധനായി, നിശ്ശബ്ദനായി, നിർന്നിമേഷാക്ഷനായി നിൽക്കുമ്പോൾ കത്തുന്ന ഒരഗ്നി നക്ഷത്രമായി ആ പ്രതിഭാശാലി മൃത്യുവിൽനിന്നും തിരിച്ചു വരുന്നതായി കവിക്കു തോന്നുന്നു.

"മുന്നമൊരുദിനം നീ വിണ്ണിൽ വന്നതും
മണ്ണിന്റെ മക്കൾക്കു പാത കാണിച്ചതും
പിന്നെ തടിൽധ്വനിപോലെ തമസ്സിൽ നിൻ
മന്ദ്രസംഭാഷണം മാറ്റൊലിക്കൊണ്ടതും
കത്തിജ്ജ്വലിച്ചു നീ കാട്ടിയ രഥ്യയിൽ
മർദ്ദിതലക്ഷങ്ങൾ മുന്നോട്ടുപോയതും
നിന്നുടെ തൂലിക നാടിൻ ധമനിയിൽ
എന്നെന്നുമൂർജ്ജം പകർന്നതും കേരളം
നിദ്രയിൽ നിന്നന്നു മൂരിനിവർന്നതും
ഉത്തുംഗശീർഷം കുതിച്ചു നടന്നതും
ഓർമ്മിപ്പതിന്നു ഞാൻ...."

എന്നു കവി പാടുമ്പോൾ കെ. ബാലകൃഷ്ണനെ പരിചയപ്പെട്ടിട്ടുള്ള ഏതൊരാളിന്റെയും മനസ്സിൽ ഓർമ്മകൾ ആളിക്കത്താതിരിക്കയില്ല. രണ്ടറ്റവും എരിയുന്ന ജ്വാലയാണു താൻ എന്ന് കെ. ബാലകൃഷ്ണൻ തന്നെ പറഞ്ഞിട്ടുണ്ടല്ലോ. എന്നാൽ യൗവനത്തിലും മദ്ധ്യവയസ്സിലും ഒരു തീപ്പന്ത മായിരുന്ന ആ വിപ്ലവകാരി വാർദ്ധക്യത്തിന്റെ പടിക്കലെത്തിയതോടെ മൗനിയായി മാറി. എന്തുകൊണ്ട്? സ്വന്തം സ്വപ്നങ്ങൾ വിഫലമായെന്നു തോന്നുകയാലോ? അടുത്തു നിന്നവർ അകന്നതിനാലോ? അതോ നന്ദി കേടിന്റെ മുഖങ്ങൾ തുടർച്ചയായി ദർശിച്ചു മനം മടുത്തതിനാലോ എന്താ യാലും കവിയുടെ മനസ്സിൽ കെ. ബാലകൃഷ്ണൻ ഒരു വാർമഴവില്ലായി തെളിയുന്നു.

"എത്രവർണ്ണങ്ങളാ
ണെത്രവൈചിത്ര്യമാ-
ണെൻ സുഹൃത്തേ നിന്റെ
യാത്മസമസ്യയിൽ......."

സത്യമാണ്. പി. ഭാസ്കരൻ എന്ന പ്രേഷ്ഠകവിക്കുതോന്നുന്ന വിഷാദം തന്നെയാണ് കെ. ബാലകൃഷ്ണനെക്കുറിച്ചോർക്കുമ്പോൾ ഈ ലേഖകനും അനുഭവിക്കുന്നത്.

വർണ്ണനാതീതമാ-
മേതോ വിഷാദമെൻ
കണ്ണിൽ തുളുമ്പി-
പ്പതിക്കുന്നു ഭൂമിയിൽ.

സ്വാതന്ത്ര്യസമര സേനാനിയായിരുന്ന മുഹമ്മദ് അബ്ദു റഹിമാൻ സാഹിബിനെക്കുറിച്ചുള്ള കവിതയിലാകട്ടെ കവി തന്റെ ബാല്യത്തിൽ കണ്ട ഒരു ദൃശ്യത്തെയാണ് വർണ്ണിക്കുന്നത്. ഭാരതത്തിന്റെ സ്വാതന്ത്ര്യത്തിനു വേണ്ടി നടന്ന സമരത്തിൽ സ്വദേശാഭിമാനികളായ എത്രയോ മുസ്ലീം യുവാക്കൾ വീരമൃത്യു വരിച്ചിരിക്കുന്നു. തെക്കൻ കേരളത്തിലുള്ളവർ ഇന്നും ആദരവോടെ സ്മരിക്കുന്ന പേരാണല്ലോ വക്കം അബ്ദുൾ ഖാദറിന്റേത്. വടക്കൻ കേരളത്തിലുള്ളവർക്ക് ഏറെ അടുത്തറിയാവുന്ന ധീരനേതാവായിരുന്നു മുഹമ്മദ് അബ്ദു റഹിമാൻ സാഹിബ്.

'കാലിൽ ചങ്ങല
കയ്യിലാമ, മുടലിൽ
നീളൻ ഖദർ ജുബ്ബ, തൻ
ഫാലം തൊട്ടു
ശിരസ്സു മൂടിവിലസും
വെള്ളഖദർ തൊപ്പിയും'

ധരിച്ച് ഇരുവശവും തോക്കേന്തി നടക്കുന്ന പോലീസുകാരോടൊപ്പം തലകുനിക്കാതെ നടന്നു വരുന്ന അബ്ദു റഹിമാൻ സാഹിബ്ബിന്റെ രൂപം ബാല്യത്തിൽ താൻ മനസ്സിൽ വരച്ചിട്ടതായി കവി പറയുന്നു. മാതൃരാഷ്ട്രത്തെക്കാൾ വലുതാണ് വർഗ്ഗീയതയെന്നു തെറ്റിദ്ധരിച്ചിട്ടുള്ള അപൂർവ്വം ചില യുവാക്കളെങ്കിലും ഇന്നു നമ്മുടെ നാട്ടിലുണ്ടല്ലോ. അവർ കാണാതെ പഠിക്കേണ്ട കവിതയാണിത്.

പി. ഭാസ്കരൻ എന്ന ചലച്ചിത്ര സംവിധായകന്റെ ആദ്യകാലചിത്രങ്ങളിൽ പലതിലും പ്രധാന പുരുഷകഥാപാത്രത്തെ അവതരിപ്പിച്ചിരുന്നത്, സത്യനാണ്. 'നീലക്കുയിൽ', 'നായരു പിടിച്ച പുലിവാല്', 'ഭാഗ്യജാതകം', 'അമ്മയെ കാണാൻ', ആദ്യകിരണങ്ങൾ, ശ്യാമളച്ചേച്ചി, തറവാട്ടമ്മ, 'അന്വേഷിച്ചു കണ്ടെത്തിയില്ല', 'മനസ്വിനി' തുടങ്ങിയ ചിത്രങ്ങൾ ഉദാഹരണം. എന്നാൽ, 'ലൈലാ മജ്നു', 'ഇരുട്ടിന്റെ ആത്മാവ്', 'വിലയ്ക്കു വാങ്ങിയ വീണ', 'പരീക്ഷ' തുടങ്ങിയ ചിത്രങ്ങളിൽ പ്രേംനസീർ ആയിരുന്നു നായകൻ. ഈ അദ്ധ്യായത്തിൽ ആദ്യം പേരെടുത്തു പറഞ്ഞ കവിതകളിൽ പ്രേംനസീറിനെക്കുറിച്ചും ബാബുരാജിനെക്കുറിച്ചും പി. ഭാസ്കരൻ രചിച്ച കവിതകളോട് ഈ ലേഖകന് ഏറെ പ്രതിപത്തി തോന്നുന്നത് ആ വ്യക്തികളുമായി കൂടുതൽ അടുത്തിടപഴകാൻ കഴിഞ്ഞതിനാലാവാം. പത്മരാജനാകട്ടെ എന്റെ അടുത്ത ബന്ധുവുമാണ്. 'പ്രേംനസീർ സ്മരണ'യിലെ ചില വരികൾ :

സമയമന്ദാകിനീ തീരത്തിലോർമ്മതൻ
പ്രമദവനത്തിൻ നടുവിൽ
സുമിതനികുഞ്ജ സുശീതളച്ഛായയിൽ
സുഖനിദ്രചെയ്യും സുഹൃത്തേ
കരുതിയിരിക്കാത്തനേരം ഭവാനെന്റെ
കനവിൽ വന്നെത്തുന്നു വീണ്ടും
പതിവുപോൽ പൊട്ടിച്ചിരിച്ചു നീ പ്രജ്ഞ തൻ
പടിവാതിൽ തേടിയെത്തുന്നു
കരതലം നീട്ടുന്നു; കെട്ടിപ്പിടിക്കുന്നു
പുണരുന്നു നാം തമ്മിൽ വീണ്ടും
അറിയാതെ നിന്നുടെ സ്നേഹത്തിന്നൂഷ്മാവെൻ
സിരതോറും സംക്രമിക്കുന്നു.

പ്രേംനസീർ എന്ന നന്മയെ ഹൃദയത്താൽ ഇന്നും ആശ്ലേഷിക്കുന്ന മലയാളസിനിമയിലെ പഴയ തലമുറ ഈ വരികളെ താലോലിക്കുമെന്ന കാര്യത്തിൽ തർക്കമില്ല. കൃത്യനിഷ്ഠ പുലർത്തുന്ന കാര്യത്തിൽ പ്രേംനസീറിനു തുല്യനായി മറ്റൊരു നായകനടൻ ഭാരതത്തിൽ അദ്ദേഹത്തിന്റെ കാലഘട്ടത്തിനു മുൻപോ പിൻപോ ജീവിച്ചിരുന്നിട്ടുണ്ടോ എന്നു സംശയമാണ്. അതുകൊണ്ടായിരിക്കണം കവി പ്രേംനസീറിനെക്കുറിച്ചുള്ള കവിതയ്ക്ക് ഈവിധമൊരു പരിസമാപ്തി നൽകിയത്.

അറിയാതെ നാമാ
സമാഗമ സൗഖ്യത്തി-
ലലിയുന്നു, പെട്ടെന്നു താങ്കൾ
ഘടികാരസൂചിയിൽ
നോക്കിയെഴുന്നേറ്റു
വിടചൊല്ലിടാതെ പോകുന്നു
'സമയമായ്' എന്നെന്റെ
കാതിലുരച്ചതു മൃതിയോ
കിനാവിൻ വിധിയോ?

എം.എസ്.ബാബുരാജ് 'മെലഡി'യുടെ രാജാവായിരുന്നു എന്നു നമുക്കെല്ലാമറിയാം. ഉത്തരേന്ത്യൻ സംഗീതത്തിന്റെ സൗരഭ്യം മലയാളചലച്ചിത്രഗാനങ്ങളിൽ ആവശ്യാനുസരണം പകർന്നുതന്നതും അദ്ദേഹം തന്നെ. തന്റെ ചങ്ങാതിയായ രാമുകാര്യാട്ടിന് മുഹമ്മദ് സാബിർ ബാബു എന്ന

യുവസംഗീതജ്ഞനെ പരിചയപ്പെടുത്തിക്കൊടുത്തതും പി. ഭാസ്കരനാണല്ലോ. അങ്ങനെയാണ് "മിന്നാമിനുങ്ങ്" എന്ന ചിത്രത്തിലൂടെ ആ പ്രതിഭാശാലി എം.എസ്. ബാബുരാജ് എന്ന പേരിൽ സംഗീതസംവിധായകനായി മലയാളസിനിമയിലെത്തിയത്. അതിനുശേഷം പി. ഭാസ്കരൻ സംവിധാനം ചെയ്ത അനവധി സിനിമകൾക്ക് ബാബുരാജ് സംഗീതം പകർന്നു. പി. ഭാസ്കരൻ-ബാബുരാജ് ടീം എന്ന പേരിൽ ഈ സംഗീത സൗഹൃദം ഹൃദയരാഗങ്ങളുടെ തേൻമഴതന്നെ സൃഷ്ടിച്ചു. തികച്ചും അപ്രതീക്ഷിതമായിട്ടാണ് ബാബുരാജ് രോഗം ബാധിച്ചു കിടപ്പിലായതും വൈകാതെ സിനിമയോടും ഈ ഭൂമിയോടും വിടപറഞ്ഞതും. ദീർഘകാലം തന്റെ സഹപ്രവർത്തകനായിരുന്ന ഈ സംഗീതജ്ഞനെപ്പറ്റി കവി സ്മരിക്കുന്നതു നോക്കുക:

പരക്കുന്നുവോ ചുറ്റും
ബീഡിതൻപുക? ചുറ്റും
ചുരക്കുന്നുവോ സംഗീ-
താംബതൻമുല, രാഗ
സാഗരം കടഞ്ഞതിൻ
മാധുരീസുധ, ആരീ
ശോകാർദ്രഗാനം പാടി
മുറിയിലിരിക്കുന്നു.....?
ബാബുവോ? അതെ, ബാബു
തന്നെ - യാക്കളകണ്ഠം
വേപമാനമാമൊരു
വേണുനാളികയെപ്പോൽ
ശ്യാമസുന്ദരരാവിൽ
നിർവൃതി വർഷിക്കുന്നു.
വ്യോമാന്തരത്തിൽ മുകിൽ-
ക്കടമ്പു പുഷ്പിക്കുന്നു.

ബാബുരാജ് എന്ന പാട്ടുകാരന് തന്റെ ജീവിതംതന്നെയായിരുന്നു സംഗീതപാഠശാല. അതുകൊണ്ട് ആ ഹൃദയവും സംഗീതവും ഒരു പ്രത്യേക മതത്തിന്റെ ചട്ടക്കൂട്ടിൽ ഒതുങ്ങിനിന്നില്ല. മനുഷ്യമനസ്സുകളെ ആകർഷിക്കാനും അവയെ വിശ്വസ്നേഹത്തിന്റെ നീലാകാശത്തിലേക്കുയർത്തുവാനും ഒരേയൊരു മതത്തിനേ കഴിയൂ. സംഗീതമാണ് ആ മതമെന്നു

ബാബുരാജ് വിശ്വസിച്ചിരുന്നു. അതുകൊണ്ടാണ് കവി ബാബുരാജ് എന്ന കവിതയ്ക്ക് ഏറെ ഹൃദ്യവും ഉദാത്തവുമായ അന്ത്യം നൽകിയത്.

മിഴികൾ പൂട്ടുന്നു ഞാൻ
തളിയിൽ ക്ഷേത്രത്തിൽ നി-
ന്നൊഴുകിപ്പരന്നതാം
ശംഖനാദവും മൊയ്തീൻ
പള്ളിയിൽ നിന്നെത്തിയ
'ബാങ്കു'മെൻ മാർത്തട്ടിന്റെ
ഉള്ളിൽ നിന്നുയർന്നിടും
തബലാത്ധംകാരവും
ബാബുവിൻ ഭൂപാളിതൻ
ശ്രുതിയിൽ ലയിക്കുന്നു
പാപികളായുള്ളോരെ
ത്രിവേണി വിളിക്കുന്നു!

"സുഗതൻ സാർ തിരിച്ചുവന്നാൽ" എന്ന കവിത തികച്ചും ഒരു രാഷ്ട്രീയ കവിത തന്നെയാണ്. മാർക്സിന്റെയും ലെനിന്റെയും ആദർശങ്ങളിൽ അടിയുറച്ചു വിശ്വസിക്കുകയും ആ വിശ്വാസത്തിന്റെ പ്രകാശത്തിൽ മരണം വരെ അദ്ധ്വാനിക്കുന്ന ജനവിഭാഗത്തിനുവേണ്ടി അനവരതം പ്രവർത്തിക്കുകയും ചെയ്ത യഥാർത്ഥ കമ്മ്യൂണിസ്റ്റായിരുന്നു സഖാവ് ആർ. സുഗതൻ. വൈരുദ്ധ്യാത്മക ഭൗതികവാദത്തിൽ വിശ്വസിക്കുകയും തൊഴിലാളിവർഗ്ഗ സർവ്വാധിപത്യം പരമമായ ലക്ഷ്യമായി കാണുകയും ചെയ്ത ഒരു പ്രസ്ഥാനം പാർലമെന്ററി ഡെമോക്രസിയെ അംഗീകരിച്ച് തിരഞ്ഞെടുപ്പിലൂടെ അധികാരത്തിൽ വരാൻ തീരുമാനിച്ചപ്പോൾത്തന്നെ അവർ കൊണ്ടാടിയ മാർക്സിസത്തിൽ മായം കലർന്നു. അധികാരം കൈയിൽ വന്നപ്പോൾ വെളിച്ചത്തിനു നിഴലെന്ന പോലെ അധികാരത്തോടൊപ്പം നിൽക്കുന്ന സ്വാർത്ഥ താത്പര്യങ്ങളും തലയുയർത്തി. തികച്ചും സ്വാഭാവികമാണ് ഈ മാറ്റം. ഒരിക്കൽ വിപ്ലവത്തിനുവേണ്ടി പാടി നടന്ന കവിയാണ് പി. ഭാസ്കരൻ. ജയിലിൽ കഴിഞ്ഞ കാലത്തുപോലും

"ശോകമൂകമല്ലിന്നെന്റെ ജീവിതം
ഭീകരമല്ലെനിക്കു കാരാഗൃഹം"
(കൽത്തുറുങ്കിൽനിന്നു വന്ന കത്ത്)

എന്നു വിശ്വസിച്ചിരുന്നയാൾ. എന്നാൽ പുന്നപ്ര-വയലാറിലെയും കയ്യൂരിലെയും രക്തസാക്ഷികൾക്ക് വർഷംതോറും മറക്കാതെ 'റെഡ് സല്യൂട്ട്'

കൊടുക്കുന്ന അഭിനവനേതാക്കളുടെ ജീവിതത്തിലും പെരുമാറ്റത്തിലും വന്ന മാറ്റങ്ങൾ കവി കാണാതിരിക്കുന്നില്ല. സുഗതൻസാർ തിരിച്ചു വന്നാൽ എന്തായിരിക്കും അദ്ദേഹത്തിന്റെ സ്ഥിതി? പുതിയ കമ്മ്യൂണിസ്റ്റുകാരുടെ നിറം മാറ്റം അദ്ദേഹത്തിന്റെ മനസ്സിൽ എന്തു ചലനമായിരിക്കും സൃഷ്ടിക്കുക? സുഗതൻസാർ ഇന്നത്തെ നേതാക്കളോട് ഇങ്ങനെയാവും പറയുകയെന്ന് കവി വിചാരിക്കുന്നു.

"തിരികെ ഞാൻ വന്നതു
തീറ്റിക്കു തെണ്ടാനല്ല
തറവാട്ടിലെബ്ഭാഗ
വിഹിതം വാങ്ങാനല്ല
തൊടിയിൽ ബാക്കിയായ
വീട്ടിയും തേക്കും പ്ലാവും
കിടപ്പാടത്തെത്താങ്ങും
ആ തൂണിൻ നിരകളും
നിങ്ങളും പാർശ്വക്കാരും
പങ്കു വച്ചെടുത്തതിൽ
നിന്നുമൊരൊന്നോരണ്ടോ
കൈക്കലാക്കുവാനല്ല –"

ഭൗതികമായ നേട്ടങ്ങൾക്കുവേണ്ടിയല്ല പി. കൃഷ്ണപിള്ളയെയും എ.കെ. ഗോപാലനെയും ആർ. സുഗതനെയും പോലുള്ള നേതാക്കൾ അഹോരാത്രം പാടുപെട്ടത്. "നവയുഗനീതി കൊയ്തെടുക്കുവാനും പുതിയ മാനവധർമ്മം ഭൂമിയിൽ പുലർത്തുവാനുമാണ്" അവർ പരിശ്രമിച്ചത്. അതുകൊണ്ട് സുഗതൻസാർ പാർട്ടിയിലെ തന്റെ പുതിയ പിൻഗാമികളോട് ഇങ്ങനെ ത്തന്നെ പറയും:

"തിരികെ ഞാൻ വന്നതു
തിരക്കിൽ കൂടിപ്പറ്റി-
യൊരുതാവളത്തിങ്കൽ
ച്ചേക്കയേറുവാനല്ല
തലസ്ഥാനത്തെ രാജ-
വീഥിതൻ പാർശ്വത്തിങ്കൽ
തണൽ പൂമരം പൂത്തു
രണ്ടു ഭാഗത്തും തൂകും

പവനും ചില്ലിക്കാശും
പെറുക്കിക്കൂട്ടിക്കൊണ്ടേൻ
പഴയസ്വപ്നങ്ങളെ-
യൊറ്റു നൽകുവാനല്ല."

ഭാരതീയദർശനത്തിൽ തിളങ്ങിനിൽക്കുന്ന ഒരു ആപ്തവാക്യമുണ്ട്. "സത്യം പറയണം; പ്രിയം പറയണം. അപ്രിയമായ സത്യം പറയരുത്". അതായത് സത്യം തുറന്നു പറയുന്നതിനു മുമ്പ് അതു കേൾക്കുന്നവർക്കു പ്രിയമായിരിക്കുമോ എന്നാലോചിക്കണമെന്നു സാരം. പക്ഷേ നല്ല കവികൾ വല്ലപ്പോഴുമെങ്കിലും അപ്രിയസത്യവും പറയേണ്ടതല്ലേ -?

"ഇടയിൽ വീണ്ടും പട-
പ്പാട്ടു ഞാൻ പാടുന്നതു
കൊടി വച്ചൊരു കാറിൽ
ലിഫ്റ്റു നേടുവാനല്ല.
തിരികെ ഞാൻ വന്നതു
വോട്ടുകളെണ്ണാനല്ലി-
ദ്ധരയിൽ വീണ ചോര -
ത്തുള്ളികളെണ്ണീടുവാൻ ...."

പി. ഭാസ്കരൻ അംഗമായിരുന്നത് അവിഭക്ത കമ്മ്യൂണിസ്റ്റ് പാർട്ടിയിലാണ്. പാർട്ടിയിലെ പിളർപ്പ് അദ്ദേഹത്തെ എന്നും വേദനിപ്പിച്ചിരുന്നു.

ബാല്യത്തിന്റെ ശരൽക്കാലത്തെ കണ്ണുനീർവർഷമാക്കിയും യൗവന വസന്തത്തെ ആപ്തഗ്രീഷ്മത്തിൽ നീറ്റിയും എല്ലുകൾ ചെങ്കല്ലാക്കിയും, സ്വന്തം രക്തം സിമന്റാക്കിയും, പല്ലും നാവും പണിയായുധങ്ങളാക്കിയുമാണ് പഴയ വിപ്ലവകാരികൾ ഈ വീടു നിർമ്മിച്ചത്. ഇന്നത്തെ നേതാക്കൾ ആ സത്യമറിയുന്നുണ്ടോ?

ക്ഷമിക്കണം. ഇതു തിരിച്ചുവരുന്ന ആർ. സുഗതനിലൂടെ പി. ഭാസ്കരൻ എന്ന കവി ചോദിക്കുന്ന ചോദ്യമാണ്. 1945-ൽ, തന്റെ ഇരുപത്തൊന്നാം വയസ്സിൽ അദ്ദേഹം രചിച്ച "രണ്ടു കണ്ണുകളുടെ കഥ"എന്ന കവിതയിലെ അവസാന ഭാഗം കൂടി നമുക്കൊന്നു പാടിനോക്കാം.

കരിവെള്ളൂർക്കാട്ടിൽ കൊടുങ്കാറ്റടിക്കെ
കടതകർന്നെങ്ങും മരങ്ങൾ പതിക്കെ
ചിരുതമാരൊക്കെയും പാഞ്ഞടുക്കുന്നു
ചിരുതമാരൊക്കെയുമാഞ്ഞടുക്കുന്നു

അവരുടെ ഗർജ്ജനം മാറ്റൊലിക്കൊൾവൂ
അലറുമിടിവെട്ടായ് വാനിൽചരിപ്പൂ
എരിയുമാക്കൺകളിൽ നിന്നിടിമിന്നൽ
ചൊരിയുന്നു, നാടാകെ നിന്നുവിറപ്പൂ
നഗരവും നാഗരികത്വവും നാടിൻ
നിയമവും നീതിയും നിന്നു വിറപ്പൂ.
ഭയദമീവർഷപ്രളയം കഴിഞ്ഞി-
ട്ടണയുന്ന ചിങ്ങപ്പുലരിയെ കാണാൻ
കരിവെള്ളൂർക്കാടുമാനാടും വയലും
കഠിനമീദുഃസ്വപ്നം കാണുന്നിതെന്നും!

ആ ചിങ്ങപ്പുലരി വന്നുവോ? സംശയമാണ്. എങ്കിലും നമുക്കു കാത്തിരിക്കാം.

പതിമൂന്ന്

ഒറ്റക്കമ്പിയുള്ള തംബുരു

വയലാർ ഗർജ്ജിക്കുന്നു, ഓർക്കുക വല്ലപ്പോഴും, സത്രത്തിലെ ഒരു രാത്രി, പാടുന്ന മൺതരികൾ, കവിയുടെ ആത്മകഥ, ഓടക്കുഴലും ലാത്തിയും, ഹിരോഷിമയിലെ അമ്മ, കൃഷ്ണക്രാന്തിപ്പൂക്കൾ, ചെങ്കാളിയപ്പൻ, അമ്മയും മകനും, അമ്മികൊത്തുന്ന ബാലൻ, കറവപ്പശു, എല്ലാ കേരളീയർക്കുമായി ഒരു തുറന്ന കത്ത്, വിതയ്ക്കുമ്പോഴും കൊയ്യുമ്പോഴും പാടാവുന്ന ഒരു പാട്ട്, ദേശാന്തരഗമനം ചെയ്യും പക്ഷികൾ എന്നിങ്ങനെ വിഷയവൈവിധ്യത്തിലും പ്രതിപാദനരീതിയിലും വേറിട്ടുനിൽക്കുന്ന അനേകം കവിതകൾ പി. ഭാസ്കരൻ എഴുതിയിട്ടുണ്ട്. അങ്ങേയറ്റം ലാളിത്യമാർന്നതാണ് അദ്ദേഹത്തിന്റെ കവനശൈലി. കവിയുടെ ഹൃദയശുദ്ധി ആ വരികളിലും കാണാം. കവിത മനസ്സിലാക്കാൻ അനുവാചകന് നിഘണ്ടു തേടിപ്പോകേണ്ട കാര്യമില്ല. ചലച്ചിത്രസംവിധാനരംഗത്ത് പ്രശസ്തനായിരുന്നപ്പോഴും അദ്ദേഹം കാവ്യരചനയിൽനിന്ന് അകന്നു നിന്നില്ല. ആ കാലയളവിൽ അദ്ദേഹമെഴുതിയ കവിതകൾ, ഒരുപക്ഷേ, എണ്ണത്തിൽ കുറവായിരിക്കാം. പക്ഷേ, ഗാനങ്ങളിലൂടെയും ഇടയ്ക്കിടെ എഴുതുന്ന കവിതകളിലൂടെയും പി. ഭാസ്കരനിലെ കവി ഉണർന്നുതന്നെയിരുന്നു.

മദിരാശിയിലെ തിരക്കേറിയ ചലച്ചിത്രലോകത്തോടു വിടപറഞ്ഞ് കേരളത്തിൽ താമസം തുടങ്ങിയതിനു ശേഷമാണ് പി. ഭാസ്കരൻ തുടർച്ചയായി കവിതകളെഴുതിയത്. നാല്പതുകളിലും അമ്പതുകളിലും അഭംഗുരമായി ഒഴുകിയ ആ കവനനദിയിലെ പ്രവാഹം അറുപതുകളിലും എഴുപതുകളുടെ പൂർവ്വാർദ്ധത്തിലും തെല്ലൊന്നു നിശ്ചലമാകുന്നതുപോലെ തോന്നിയെങ്കിലും എൺപതുകളിലും തൊണ്ണൂറുകളിലും അതു പൂർവ്വാധികം ശോഭയോടെ നിറഞ്ഞൊഴുകുകതന്നെ ചെയ്തു. ഈ കാലയളവിൽ രചിക്കപ്പെട്ട കവിതകളിൽ എന്തുകൊണ്ടും ഒന്നാം സ്ഥാനത്തു നിൽക്കുന്നത് "ഒറ്റക്കമ്പിയുള്ള തംബുരു"എന്ന സാമാന്യം ദീർഘമേറിയ കവിതയാണ്. മഹാകവി

ജി. ശങ്കരക്കുറുപ്പിന്റെ അനുഗ്രഹം (ഓടക്കുഴൽ അവാർഡ്) നേടിയ രചനയത്രേയിത്.

–'ഒറ്റക്കമ്പിയുള്ള തംബുരു' ഒരർത്ഥത്തിൽ കവിയുടെ ആത്മകഥ തന്നെയാണ്. "പിറവിയുടെ വരം തന്ന അമ്മയെ" ഓർമ്മിച്ചുകൊണ്ടാണ് കവിതയുടെ തുടക്കം. പിതാവ് കവിയുടെ ഒമ്പതാമത്തെ വയസ്സിൽ അന്തരിച്ചു. അച്ഛന്റെ അഭാവത്തിൽ മക്കളെ വളർത്താൻ ആ മാതാവ് എത്ര പ്രയാസപ്പെട്ടിരിക്കണം. പ്രായപൂർത്തിയാകുമ്പോൾ ആ അമ്മയ്ക്ക് ഒരു താങ്ങാകേണ്ട മകൻ കുടുംബപ്രശ്നങ്ങളെക്കാൾ വലുതാണ് നാടിന്റെ സ്വാതന്ത്ര്യം എന്നു പ്രഖ്യാപിച്ച് സമരത്തിന്റെ തീച്ചൂളയിലേക്കെടുത്തു ചാടി.

'പിറവിയുടെ വരമിവനുതന്നൊരെന്നമ്മയെ
പിരിവതിനു കൗമാരവേളയിൽ ഹേതുവായ്'

എന്നു പശ്ചാത്താപത്തോടെ കവി പറയുന്നു. ജീവിതയാത്രയിലുടനീളം ആ ജനനിയുടെ വാത്സല്യത്തിന്റെ സ്മൃതി തന്നെ തഴുകിയൊഴുകിയിരുന്നു എന്ന് കവി തിരിച്ചറിയുന്നു. എല്ലാ അഗ്നിപരീക്ഷണങ്ങളിലും തനിക്കു കൂട്ടായി നിന്നത് ആ അമ്മയുടെ സ്നേഹം തന്നെയാണ്.

ഒരു ചെറിയ വല്ലായ്മവല്ലതുംമൂലമി-
ത്തരുണതരുവൊന്നു തളർന്നു ചാഞ്ഞെങ്കിലോ
ജനനിയുടെ കനിവൊഴുകുമശ്രുമന്ദാകിനി
തനുവിതിനു ജീവനസേചനം നൽകിയും
ഇവനെയിവനാക്കിയ കാരുണ്യമൂർത്തിതൻ
സവിധമതുപേക്ഷിച്ചു പോന്നവനെങ്കിലും
ഇതുവരെയുമിവനിവിടെയായിരം പാതയിൽ
ഇരവുപകലോടിയനെട്ടോട്ടമോടലിൽ
ഇതുവരെനടത്തിയ ചീറിപ്പറക്കലിൽ
ഇതുവരെനടത്തിയ വെട്ടിപ്പിടിക്കലിൽ
ഇതുവരെയുമിതുവരെയുമീജീവിതത്തോണി
തടിനിയിതിലാടിയും പൊന്തിയും പാറിയും
ചുഴികളുടെ മൃത്യുക്കെണികളിൽ താഴാതെ
കഴലടിയുറയ്ക്കാതെ കാറ്റുപാ വീഴാതെ
തുറമുഖമടുക്കുവാൻ വേണ്ടിനടത്തുമീ
തുഴയുടെ തുഴച്ചിലിലമ്മതൻ സുസ്മൃതി

സൂക്ഷിച്ചു രക്ഷിച്ചു. എങ്ങനെയാണ്? ചിറമണലിലേറിയ യാത്രക്കാരന് പ്രേമത്തിന്റെ മധുകലശം നൽകുന്ന ചെന്തെങ്ങുപോലെ. തെളിയലകളിളകുന്ന

കായലിന്റെ മാറിലൂടെ നീങ്ങുന്ന തോണിക്കാരനെ നട്ടുച്ചവെയിലിൽ തലോടുന്ന ഇളംകാറ്റുപോലെ. കവിയുടെ മനസ്സ് മരുഭൂമിയായി മാറുമ്പോൾ മാതൃസ്മരണ അവിടെ വസന്താഭ ചാർത്തും. അമ്മയുടെ പാദമുദ്ര പതിഞ്ഞ മണ്ണിനെപ്പറ്റി പാടുമ്പോൾ കവിയൊരുക്കുന്നത് ഉത്തുംഗബിംബങ്ങളുടെ പൂമഴതന്നെയാണ്. 'ഒറ്റക്കമ്പിയുള്ള തംബുരു'വിലെ പത്തു ഖണ്ഡങ്ങളിലും ഭാസ്കരഭാവനയുടെ മയിലുകൾ പീലികൾ പൂർണ്ണമായും വിടർത്തി എല്ലാ വർണ്ണങ്ങളും നിരത്തി നൃത്തമാടുന്ന കാഴ്ച ഏതു കാവ്യാസ്വാദകനെയും വശീകരിക്കാതിരിക്കയില്ല. കവി താൻ ജനിച്ച നാടിനെ വർണ്ണിക്കുന്ന ഭാഗമൊന്നു ശ്രദ്ധിക്കുക.

ജടമുടിയഴിച്ചിട്ടു കർക്കിടക്കാറ്റേറ്റു
കിടുകിടെ വിറച്ചിടും തെങ്ങിൻ നിരകളും
ഉടമണികിലുക്കി, യുറഞ്ഞുറഞ്ഞൂക്കോടെ
യുടലുകൾ വളച്ചും പിരിച്ചും ചിരിച്ചുമേ
കൊടുമിരുളിൽ വെള്ളിടിവാളാൽതലകളിൽ
കലിയിളകിവെട്ടും കവുങ്ങിൻതൊടികളും
....

എന്നിങ്ങനെ അനുസ്യൂതമായൊഴുകുന്ന വർണ്ണന അലങ്കാരങ്ങളുടെ ചിത്രപുഷ്പകദംബമാലയായി മാറുന്നു. വാക്കുകൾകൊണ്ടു ചിത്രങ്ങളെഴുതാൻ പി. ഭാസ്കരനുള്ള കഴിവ് അദ്ദേഹത്തിന്റെ ലഘുഗാനങ്ങളിൽപോലും പ്രകടമാണല്ലോ. ഈ കവിതയിലാകട്ടെ തൃശൂർപൂരത്തിന് വിവിധ നിലകളിൽ അമിട്ടുകൾ പൊട്ടുന്നതുപോലെയാണ് ഒന്നിനുപിറകെ ഒന്നായി ശബ്ദാലങ്കാരവും അർത്ഥാലങ്കാരവും പ്രത്യക്ഷപ്പെടുന്നത്. മേടവെയിലേൽക്കുമ്പോൾ ചെമ്പട്ടുകുട നിവർത്തുന്ന വാകമരം, പതിവുപോലെ വേനൽക്കാലം വിഷുക്കൈനീട്ടമായി കൊടുത്ത പവനുരുക്കി പൊൻപണ്ടങ്ങളാക്കി അവ കഴുത്തിലും കാതിലുമണിഞ്ഞ് നവവധുവായി ചമയുന്ന കണിക്കൊന്ന, അടിമുടി തളിർത്തും മലർത്തിരി നീട്ടിയും ചൂടുള്ള വെയിലിലാടുന്ന അത്തിയും ഇത്തിയും, മടി നിറയെ നീലപ്പഴങ്ങൾ കരുതിവച്ച് ഇടയിലവ ദാനമായി നൽകുന്ന ഞാവലും പേരയും – തീർന്നില്ല, കുസൃതികളിൽ മുമ്പനായ പച്ചക്കദളിയും പടിയരികിലെ വേലിക്കൽനിന്ന് നാണിച്ചുനോക്കുന്ന പവിഴമല്ലിയും പാരിജാതവും... ആ കാവ്യചിത്രമാല അങ്ങനെ നീണ്ടുനീണ്ടുപോകുന്നു. രാത്രിയുടെ മുടിക്കെട്ടഴിയുമ്പോൾ പരിമളമൊഴുക്കുന്ന രാത്രിഗന്ധിയും മുണ്ടകൻപാടത്തിനരികിൽ ഉണർന്നു ചിരിക്കുന്ന കൈതപ്പൂക്കളും ഇലകളുടെ റൗക്കയ്ക്കിടയിൽ ഇളംകായ്കൾ മുലകുടി നടത്തുന്ന കുമ്പളപ്പന്തലും മഞ്ഞുതുള്ളികൾ പൊഴിയുമ്പോൾ മലർത്താലി

ചാർത്തി തെല്ലൊന്നഹങ്കരിക്കുന്ന കുസുമിത മനോജ്ഞമാം പുന്നാഗവും (പുന്നമരം) - എല്ലാം അമ്മയെക്കുറിച്ചുള്ള സ്മരണകളോടൊപ്പം കവിയുടെ മനസ്സിൽ തിളങ്ങുന്ന ചിത്രങ്ങളാണ്. എന്നാൽ കവി ഈ ഗ്രാമഭംഗിയും അമ്മയുടെ സ്നേഹവും വിസ്മരിച്ച് യാത്രയായി.

ഒരു ദിവസമെല്ലാം മറന്നു ഞാൻ വീടിന്റെ
പടിയതു സ്വയം ചാരി രാവിൽ മതംമാറി
കലവറയിലമ്മയും പെങ്ങളും സൂക്ഷിച്ച
കനകമണിഭൂഷണമെൻ സഞ്ചിയിൽപേറി
ജനനധരണീതലംവിട്ടിട്ടൊരുന്മാദ-
ലഹരിയിലണഞ്ഞുപോൽ ദൂരദേശങ്ങളിൽ.

അതൊരു ചെറിയ യാത്രയായിരുന്നില്ല. ഒരു ചെറിയ മേൽവിലാസം പോലുമില്ലാതെ അനാഥനെപ്പോലെ വഴിയരികിലെ ആൽത്തറയിൽ ഉറങ്ങിയ കാലം. പണ്ട് രാജകൊട്ടാരംവിട്ട് തെരുവിലേക്കിറങ്ങിയ സിദ്ധാർത്ഥ രാജകുമാരനെപ്പോലെ കവിയും യാതനയും വേദനയും കണ്ടു, അനുഭവിച്ചു. നവനഗരപംക്തികൾ, നാടുകൾ, വീടുകൾ, സത്രങ്ങൾ എല്ലാം കണ്ട് കവി സ്ഥലജലമരീചികാവിഭ്രമം കൊണ്ടു. ധനവാന്മാരുടെ മണിമാളികൾക്കു മുമ്പിൽ ഭയത്തോടെ തലകുനിക്കുന്ന രാഷ്ട്രപതാകയും കവിയെ അമ്പര പ്പിച്ചു. വിമോചനവിപ്ലവവാഗ്ദാനം നൽകുന്ന കപടരാഷ്ട്രീയക്കാരുടെ ചാടു വാക്യങ്ങളാകുന്ന ചരടിൽ ചാടിക്കളിക്കുന്ന പാവകളായ പാവങ്ങളെക്കണ്ട് കവി വേദനിച്ചു. കലയുടെ വർണ്ണവേദിയിലും കവിക്കു കാണാൻ കഴിഞ്ഞത് വഞ്ചനാവൃത്തിയും മദനസുഖസങ്കീർത്തനത്തിന്റെ ആവർത്തനങ്ങളും മാത്രം. യുഗങ്ങളിലൂടെ നാം നേടിയ സംസ്കാരധാരയിൽ വിഷം കലർത്തുന്ന വികല ജീവികൾ പെട്ടെന്നു ധനികരായി മാറുന്നു. അവർക്കു കീർത്തിപത്രം നൽകാൻ തയ്യാറാകുന്ന തത്പരകക്ഷികൾ, വ്യാജസ്മിതത്തിന്റെ ചുവപ്പു പുരട്ടി കൈവള കിലുക്കി വരുന്ന നടികളുടെ കയ്യൊപ്പുവാങ്ങിയാഹ്ലാദിക്കുന്ന നിഷ്കളങ്കരായ പ്രേക്ഷകരുടെ കരഘോഷം, അവരെ വാഴ്ത്താൻ മത്സരി ക്കുന്ന വൃത്താന്തപത്രങ്ങളും (മാധ്യമങ്ങളും) - എല്ലാം കവി ശ്രദ്ധിക്കുന്നു. ഈ ബഹളങ്ങൾക്കിടയിൽ വഴിയരികിലെ ആൽമരത്തണലിൽ അല്പനേരം മയങ്ങാൻ ശ്രമിച്ചെങ്കിലും

ഒരു ഞൊടിയുമെന്നെയുറക്കീലമാനവ
ദുരിതശതനിശ്ശബ്ദരോദനഗദ്ഗദം.

ഉൽകൃഷ്ടമായ ഭരണരഥത്തിന്റെ ഗതിവിഗതി നിയന്ത്രിക്കാൻ ബാധ്യസ്ഥ രായവർ നിയമസഭയിൽ 'തെരുക്കൂത്തു' നടത്തുന്ന കാഴ്ചകണ്ട് കവി ഓടി ക്കളഞ്ഞു.

വഴിമുഴുവനും നഗ്നസത്യംനിരത്തിയ
വലിയ വിഷമുള്ളുകൾ, കൂർത്തുള്ള കല്ലുകൾ
പലരുടയപൊട്ടിയ കണ്ണടച്ചില്ലുകൾ
പലരുടെയുണങ്ങിയ ചെന്നിണത്തുള്ളികൾ
പഥികർ ചിലർ പാതയിലിട്ടെറിഞ്ഞോടിയ
പഴയ പ്രമാണങ്ങൾ, പാഴ്ത്തലയോടുകൾ

എല്ലാം കവിയെ നടുക്കി. ഒടുവിൽ കണ്ണീർപ്പുഴയുടെ കരയിൽ വളർന്ന പൂമരത്തിൽ കവിയെത്തിച്ചേർന്നു. തന്റെ ചോരയിലൊട്ടുന്ന ആ ചളിമണലിൽ മൗനംകൊണ്ടു തീർത്ത വല്മീകപഞ്ജരത്തിൽ കവി തപസ്യയിലമർന്നു. ആത്മാവിലെ ചിതൽപ്പുറ്റിൽ അതുവരെ വാണ ചിതലുകൾക്കു ചിറകുമുളച്ചു. അവ ചിത്രശലഭങ്ങളായി പറന്നുയർന്നു. സൂര്യനിലും ചന്ദ്രനിലും നക്ഷത്രജാലങ്ങളിലും ആ ശലഭങ്ങൾ തേൻതുള്ളികൾ തേടി. മേഘങ്ങൾ വളർത്തുന്ന മുല്ലക്കുടിലുകളിൽ സുന്ദരമായ ചന്ദനത്തംബുരു മീട്ടുന്ന ദേവസുന്ദരിയുടെ ശ്രുതിയനുസരിച്ച് അവ മൂളാൻ തുടങ്ങി. രാഷ്ട്രീയവും സിനിമയും കവിതയുടെ ശക്തിക്കുമുമ്പിൽ നിഷ്പ്രഭമാണെന്ന് കവി ഇവിടെ പറയാതെ പറയുന്നു.

അമ്മയുടെ കണ്ണുനീർ ആനന്ദവർഷമാക്കി മാറ്റണമെന്ന് കവി തീരുമാനിക്കുന്നു.

എന്റെ ശരീരത്തിലുള്ള ഞരമ്പുകൾ
എല്ലാം പറിച്ചെടുത്തൊന്നായ് പിരിച്ചുടൻ
അമ്മതൻകണ്മുനയാംനീലമായൂര-
പിഞ്ഛികയെന്നെ തഴുകിയുഴിയുന്ന
മന്ത്രജാലത്തിനാലന്നൂലുസവ്വർണ്ണ
തന്ത്രിയായ് തീരവേ, ഞാനായ പാഴ്ത്തടി
വിണ്ണിലെച്ചന്ദനപ്പൊൻമരത്തിൽ തീർത്ത
സുന്ദര തംബുരുവായിബ്ഭവിക്കവേ
ഞാനെഴുന്നേറ്റൊരു പുത്തനാം വിശ്വൈക
മാനവത്വത്തിന്റെ ഗായകനായ് സ്വയം
തൊണ്ടയടയും വരെ നവ്യസംഗീത
മെന്റെയീ മണ്ണിൽ നടന്നാലപിക്കുവാൻ
മോഹിച്ചു ദാഹിച്ചു വീണ്ടും നടന്നുഞാൻ
ദൂരദേശത്തെഴുമമ്മയെക്കാണുവാൻ.

എന്നാൽ – അമ്മയെവിടെ? രാവിന്റെ കുളിരിൽ ചന്ദനമണമുള്ള കാറ്റ് കൂർക്കം വലിക്കുന്ന പടിപ്പുരയ്ക്കുള്ളിൽ മൂടിക്കിടക്കുന്ന ഇരുട്ടിന്റെ വാതിലുകൾ വിറയ്ക്കുന്ന കൈയാൽ തുറന്ന് ഉള്ളിൽ പ്രവേശിച്ച കവി തന്റെ വീടു കാണുകയാണ്. അപ്പോൾ മുറ്റത്തു നില്ക്കുന്ന മാവിന്റെ ദലമർമ്മരം ഗദ്ഗദമായി മാറി – "അമ്മ" എന്നല്ലേ അതു ശബ്ദിച്ചത്? കവി മുറ്റത്ത് ഒരു ഗൗളിക്കരിക്കുപോലെ ഞെട്ടറ്റുവീണു..... യാമങ്ങൾ കടന്നു പോയി. മകയിരത്തൂമഞ്ഞ് നെറ്റിയിൽ കണ്ണുനീർ തൂവി കവിയെ കുലുക്കി വിളിച്ചുണർത്തി – അങ്ങകലെ ആകാശത്തു തിളങ്ങുന്ന തിരുവാതിര നക്ഷത്രം കവിയോടു ചോദിച്ചു.

"എന്തിനാണു നീ കരയുന്നത്? അമ്മയ്ക്കു മരണമുണ്ടോ? നിന്റെ അമ്മ ഈ ഭൂമിയാണ്. കുട്ടിക്കാലത്ത് നിന്നെ ചിരിപ്പിക്കുവാനായി മഴവില്ലിന്റെ പൊൻകാപ്പണിഞ്ഞ കൈയിൽ തിരിയുന്ന പമ്പരത്താൽ, സൂര്യചന്ദ്രനക്ഷത്രങ്ങൾ ചുറ്റിക്കറങ്ങുന്ന കളിക്കോപ്പിനാൽ, നിന്നെ കളിപ്പിച്ച നിന്റെ ധാത്രിയാണിവൾ.

ഭൂവിനും ദ്യോവിനും ഈ വിശ്വമണ്ഡല
ജീവന്റെ നാഭീമൃണാളനളികകൾ
ഏകിയവയെ യുഗങ്ങളോളം തന്റെ
യാദിതമസ്സായ ദിവ്യഗർഭാശയം
തന്നിൽ വഹിച്ചും പരിപുഷ്ടമാക്കിയും
പിന്നീടൊരുശുഭപ്രത്യുഷവേളയിൽ
നൊന്തിട്ടവയെയിരട്ട പ്രസവിച്ചു
വിണ്ണിൻ വെളിച്ചമാം തൻമുലപ്പാലേകി
മാറിൽ കിടത്തിവളർത്തിയ നിന്നുടെ
മാതാവുനിന്നെയുപേക്ഷിച്ചുപോകുമോ?

മനുഷ്യജീവിതങ്ങളാകുന്ന ഗംഗാനദികളെ മാടിവിളിച്ചു മടിയിൽ കിടത്തിയുറക്കുന്ന സ്നേഹസമുദ്രം വറ്റിപ്പോകുമോ?

മഹാകവി ജി.യുടെ വിശ്വദർശനം എന്ന കവിതയുടെ തൊട്ടടുത്ത് ഈ മാതൃവർണ്ണന പി. ഭാസ്കരന്റെ കവിതയെ എത്തിച്ചിരിക്കുന്നു എന്നു പറയാതെ വയ്യ.

അങ്ങതാ കാണ്മൂനഭസ്സിലും പൂവിലും
പൊങ്ങിപ്പരന്ന ജഗന്മണ്ഡലത്തിലും
ചക്രവാളത്തിൻ മതിൽക്കെട്ടുചൂഴുന്ന
വീട്ടിലും തോപ്പിലും ചുറ്റിനടക്കുന്ന

എല്ലായിടത്തും മിഴിയുള്ള വന്ദ്യയാം
സ്വർലോകകല്യാണകല്പകവല്ലിയെ
ചക്ഷുസ്സിലെല്ലാമറിഞ്ഞും നിരന്തരം
നക്ഷത്രരുദ്രാക്ഷമാലാമണികളെ
ഓരോനിമിഷവും ലോലകരാംഗുല-
ചാലനത്താൽ തള്ളിനീക്കിയും,വെണ്മതി
ച്ചങ്ങലവട്ടയിൽ കത്തും തിരികൊണ്ടു
സംഗമദീപങ്ങൾ നീളെ കൊളുത്തിയും
എങ്ങും നടക്കുന്ന, വിശ്വത്തിലുള്ള മ-
റ്റെല്ലാഗ്രഹങ്ങളും നിത്യംഭരിക്കുന്ന
നിത്യസൗന്ദര്യനിദർശനമാകിയ
നിൻ ജനയിത്രിയെ കണ്ടുവണങ്ങുക.

പിന്നെ, പെറ്റമ്മ ആകാശത്തുനിന്നും ഇറങ്ങിവന്ന് മകനു പഴയ വാത്സല്യം പകരുന്നതായി കവിക്കു തോന്നുന്നു.....അമ്മ വിശ്വവും വിശ്വം അമ്മയുമാകുന്നു. അതാ- പഴയ കാലം തിരിച്ചുവരികയായി. വാലിട്ടു കണ്ണെഴുതി വേലിക്കൽ നിൽക്കുന്ന ശംഖുപുഷ്പം കവിയോടു ചോദിക്കുന്നു. "എപ്പോൾ വന്നു. സുഖം തന്നെയല്ലേ?" കവി വീണ്ടും പഴയതെല്ലാമോർക്കുന്നു. കൗമാരംവരെ തന്നെ ലാളിച്ച ബന്ധുക്കളെയും ഭൃത്യരെയുമെല്ലാം - വീട്ടിലെത്തുമ്പോൾ അമ്മയെ കണ്ടില്ല. പക്ഷേ, ആകാശത്തിണ്ണയിൽ പൂർണ്ണിമാരാത്രി അമ്മയുടെ ആജ്ഞയനുസരിച്ച് മകന്റെ രണ്ടാം ഗൃഹ പ്രവേശം ആഘോഷിക്കുവാൻ സ്വയം കാച്ചിയെടുത്ത പാൽ പൊന്നിൻ മൊന്തയിലേന്തി കാത്തുനിൽക്കുന്നു.

"ഒറ്റക്കമ്പിയുള്ള തംബുരു" എന്ന ഈ മനോഹരകവിതയിലെ ഓരോ വരിയും സഹൃദയന് ആനന്ദാനുഭൂതിയരുളുന്നു. രാഷ്ട്രീയത്തോടും ചലച്ചിത്ര രംഗത്തോടും വിടപറഞ്ഞ് മലയാളകവിതയുടെ തറവാട്ടിലേക്കു മടങ്ങിവന്ന കവി പി. ഭാസ്കരൻ തന്നെയാണെന്നു നാം തിരിച്ചറിയുന്നു.

പഴകുമോലത്തുമ്പും ശുഷ്കപത്രവും ചീഞ്ഞി-
ട്ടഴുകിദ്രവിക്കുന്ന മടലിൻ ചെറുനാരും
ചേർത്തുചേർത്തൊരു പക്ഷിദീർഘയജ്ഞത്താൽ പാരിൽ
തീർത്ത തൻകൂട്ടിൽനിന്നുമുയർത്തും ഗാനംപോലെ
എല്ലിനാൽ, ദ്രവിക്കുന്ന മാംസത്താൽ, കാലം തീർത്തൊ-
രെന്റെയീ ഹൃദന്തരനീഡത്തിൽനിന്നുംപൊങ്ങും

ശാരികാമൃദുഗീതചാരുനിർത്ധരിയുടെ
തീരത്തു മൂന്നോനാലോ പുല്ക്കൊടിക്കുരുന്നുകൾ
ആനന്ദലഹരിയിൽ തലയൊന്നിളക്കിയാൽ
ആയതേപോരും, നിത്യതൃപ്തധന്യമെൻജന്മം.

കവിയുടെ എളിമനിറഞ്ഞ ഈ ദർശനം അനുവാചകരെയും ധന്യരാക്കുന്നു. പ്രപഞ്ചം തന്നെയാണ് അമ്മ എന്ന കാഴ്ചപ്പാടിലൂടെ കവി മാനവത്വത്തിന്റെ മഹത്ത്വവും പരോക്ഷമായിട്ടെങ്കിലും പരിസ്ഥിതിസംരക്ഷണത്തിന്റെ ആവശ്യകതയും ഉയർത്തിക്കാട്ടുന്നു.

ഉത്സവം-അനാദ്യന്തമാകുമീ മഹാവിശ്വ
സൽക്ഷേത്രവളപ്പിലെന്നമ്മതൻപുണ്യോത്സവം
നിത്യവും നടക്കുമ്പോൾ, തിടമ്പുംപേറിക്കൊണ്ടു
മസ്തകം കുലുക്കുന്ന മുകിലാംകളഭത്തെ
മുന്നോട്ടുനയിക്കുന്ന വാനിലെ മേളക്കാരെ,
പാതിരാവൊരുക്കിയ പന്തലിലിടയ്ക്കുസം-
ഗീതമേളയിൽ പാടിയിരിക്കും രാപ്പാടിയെ
തംബുരുമീട്ടും കാട്ടുചോലയെ,ത്തളിരണി
മർമ്മരം മുഴക്കുന്ന മംഗളമൃദംഗത്തെ,
കണ്ണിനാൽ കണ്ടും കാതാൽ കേട്ടും ഞാൻ നടക്കുന്നു
കൈയിലീയേകതന്ത്രിത്തംബുരുമീട്ടിക്കൊണ്ടേ......

ആ ഒറ്റക്കമ്പിയിൽനിന്നും സഹസ്രതന്ത്രികളുടെ നാദം വിളമ്പിയ ഗുരുവിന്റെ സ്മരണയ്ക്കു മുമ്പിൽ നമുക്ക് അഞ്ജലിയർപ്പിക്കാം.

പതിനാല്

കവിയും ക്യാമറയും

പി. ഭാസ്കരന്റെ പാട്ടുകളെക്കുറിച്ചു ചിന്തിക്കുമ്പോൾ അവയുമായി ബന്ധപ്പെട്ട ചലച്ചിത്ര ദൃശ്യങ്ങളും മനസ്സിൽ തെളിയും. സ്വന്തം രചനകൾ സ്വയം ചിത്രീകരിക്കുമ്പോൾ കാവ്യചിത്രങ്ങൾ തന്നെ ദൃശ്യവാങ്മയമായി മാറും. എ. വിൻസന്റിനെപ്പോലെയുള്ള പ്രതിഭാശാലികളുടെ കൈകളിലും ആ കാവ്യസൗന്ദര്യപ്രഭാവം ഭദ്രമായിരുന്നു. കവി തന്നെ സംവിധാനവും നിർവ്വഹിച്ച പ്രശസ്ത ചിത്രങ്ങളിലെ ഗാനരംഗങ്ങളിൽ ചിലതു മാത്രം ഓർത്തെടുക്കട്ടെ. 'രാരിച്ചൻ എന്ന പൗരനി'ലെ നാഴിയുരിപ്പാലുകൊണ്ട്, പണ്ടുപണ്ട് എന്നീ ഗാനങ്ങളും, 'നീലക്കുയിലി'ലെ എങ്ങനെ നീ മറക്കും എന്ന ഗാനവും ഷോട്ടുകളായി ഇപ്പോഴും മനസ്സിലുണ്ട്. 'നായരു പിടിച്ച പുലിവാല് 'എന്ന ചിത്രത്തിലെ എന്തിനിത്ര പഞ്ചസാര പുഞ്ചിരിപ്പാലിൽ... എന്ന ഗാനരംഗത്തിൽ ട്രപ്പീസുകളിക്കാരനായി അഭിനയിക്കുന്ന സത്യന്റെ ഭാവഹാവാദികൾ ക്യാമറ ഒപ്പിയെടുത്തിരിക്കുന്ന രീതി - അതിന്റെ പശ്ചാത്തലം എല്ലാം അവിസ്മരണീയമാണ്.

'ഭാഗ്യജാതക'ത്തിലെ (ഷീലയുടെ ആദ്യസിനിമ) ആദ്യത്തെ കൺമണി ആണായിരിക്കണം, ആരുമേ കണ്ടാൽ കൊതിക്കണം എന്ന ഗാനം ലൈലാ മജ്നുവിലെ പവനുരുക്കി പവനുരുക്കി, പഞ്ചമിരാവോ പവനുരുക്കി... എന്ന ഗാനം ഇവയെല്ലാം പി. ഭാസ്കരൻ എന്ന കവിയുടെ ഭാവനയും പി. ഭാസ്കരൻ എന്ന ചലച്ചിത്രസംവിധായകന്റെ കല്പനയും ചേർന്നു സൃഷ്ടിച്ച മനോഹരങ്ങളായ ദൃശ്യാനുഭവങ്ങളാണ് 'പരീക്ഷ'യിലെ

അവിടുന്നെൻ ഗാനം കേൾക്കാൻ
ചെവിയോർത്തിട്ടരികിലിരിക്കെ
സ്വരരാഗസുന്ദരിമാർക്കോ
വെളിയിൽ വരാനെന്തൊരു നാണം

എന്ന ഗാനദൃശ്യത്തിലെ ട്രോളി ഷോട്ടുകളും ശാരദയുടെ മനോഹരമായ ക്ലോസപ്പുകളും എങ്ങനെ മറക്കും?

'മുത്തശ്ശി'എന്ന ചിത്രത്തിലെ

ഹർഷബാഷ്പം തൂകി
വർഷ പഞ്ചമി വന്നു
ഇന്ദുമുഖീ ഇന്നു രാവിൽ
എന്തു ചെയ്വൂ നീ ?

ഉമ്മാച്ചു എന്ന ചിത്രത്തിലെ

ഏകാന്തപഥികൻ ഞാൻ
ഏതോ സ്വപ്നവസന്തവനത്തിലെ
ഏകാന്തപഥികൻ ഞാൻ

മനസ്വിനി എന്ന സിനിമയിലെ

ആരാധികയുടെ പൂജാകുസുമം
ദൂരെയെറിഞ്ഞു ദേവൻ
പാപിയെ വെളിയിൽത്തള്ളീയമ്പല
ഗോപുരവാതിലടച്ചല്ലോ

കാട്ടുകുരങ്ങ് എന്ന പടത്തിലെ

അറിയുന്നില്ല ഭവാനറിയുന്നില്ല
അനുദിനമനുദിനം
ആത്മാവിൽ നടക്കുമെൻ
അനുരാഗപൂജ ഭവാനറിയുന്നില്ല

കുരുക്ഷേത്രം എന്ന ചിത്രത്തിലെ

പൂർണ്ണേന്ദുമുഖിയോടമ്പലത്തിൽ വെച്ചു
പൂജിച്ച ചന്ദനം ഞാൻ ചോദിച്ചു
കൺമണിയതുകേട്ടു നാണിച്ചുനാണിച്ചു
കാൽനഖം കൊണ്ടൊരു വര വരച്ചു

തുടങ്ങിയ ഗാനങ്ങളുടെ ചിത്രീകരണത്തിൽ ഭാസ്കരൻ മാസ്റ്റർ എന്ന സംവിധായകൻ പാലിച്ചിരിക്കുന്ന ലാളിത്യവും മിതത്വവും പിന്നാലേ വന്ന പലരും മാതൃകയാക്കിയിട്ടുണ്ട്. കവി മനസ്സിൽ കണ്ട ദൃശ്യം അദ്ദേഹം തന്നെ ക്യാമറയിലൂടെ പകർത്തുമ്പോൾ ലഭിക്കുന്ന സ്വാഭാവികത ഒന്നു വേറെതന്നെ.

പി. ഭാസ്കരൻ എന്ന കവിയുടെ ഭാവനകൾക്ക് ക്യാമറയുടെ ഭാഷ കൊണ്ട് കൂടുതൽ ഭംഗിയും തിളക്കവും നല്കിയ സംവിധായകനാണ് ഛായാഗ്രഹണത്തിലെ ചക്രവർത്തികൂടിയായ എ. വിൻസന്റ്. അദ്ദേഹം 'നീലക്കുയിലി'ന്റെ ഛായാഗ്രാഹകനായിരുന്നല്ലോ. വിൻസന്റ് മാസ്റ്റർ സംവിധാനം ചെയ്ത 'ഭാർഗ്ഗവീനിലയം' ഗാനചിത്രീകരണത്തിൽ ഒട്ടേറെ നവതരംഗങ്ങൾ സൃഷ്ടിച്ച ചിത്രമാണ്. വൈക്കം മുഹമ്മദ് ബഷീറിന്റെ 'നീലവെളിച്ചം'എന്ന ചെറുകഥയെ ആസ്പദമാക്കി അദ്ദേഹം തന്നെ രചിച്ച തിരക്കഥയും വ്യത്യസ്തതയുള്ള സംഭാഷണവും കഥാസന്ദർഭവുമായി ഇഴുകിച്ചേർന്ന ഗീതങ്ങളും ഭാർഗ്ഗവീനിലയം എന്ന പടത്തെ മലയാളസിനിമയിലെ നാഴികക്കല്ലുകളിലൊന്നാക്കി മാറ്റി. കേരളീയർ മലയാളസിനിമയിൽ അന്നുവരെ കണ്ടിട്ടില്ലാത്ത ഒരു 'ലൈറ്റിംഗ് പാറ്റേൺ'ആണ് വിൻസന്റ് മാസ്റ്റർ ഭാർഗ്ഗവീനിലയത്തിൽ പ്രയോഗിച്ചത്. 'ഭാർഗ്ഗവീനിലയം' എന്ന ശീർഷകം തിരശ്ശീലയിൽ തെളിയുമ്പോൾത്തന്നെ ഛായാഗ്രഹണത്തിലെ ഈ പുതുമ – അഥവാ വ്യത്യസ്തത പ്രകടമായിരുന്നു. ഛായാഗ്രഹണവും സംവിധാനവും അഭ്യസിക്കാൻ പാഠപുസ്തകങ്ങളാക്കി മാറ്റാവുന്നവയത്രേ വിൻസന്റ് മാസ്റ്ററുടെ 'ഭാർഗ്ഗവീനിലയം' മുതൽ 'അസുരവിത്തു'വരെയുള്ള ചലച്ചിത്രങ്ങൾ. പഴയ ചലച്ചിത്രഗാനങ്ങൾ ചാനലുകളിൽ സംപ്രേഷണം ചെയ്യപ്പെടുന്നതുകൊണ്ട് പുതിയ തലമുറയിലെ ചലച്ചിത്രപ്രേമികൾക്കും ഭാസ്കരൻ മാസ്റ്ററുടെ ഭാവഗീതങ്ങളും അവയ്ക്ക് വിൻസന്റ് മാസ്റ്റർ നൽകിയ ദൃശ്യഭാഷയും ആസ്വദിക്കാൻ കഴിയുന്നു.

'ഭാർഗ്ഗവീ നിലയ'ത്തിലെ

പൊട്ടാത്ത പൊന്നിൻ
കിനാവുകൊണ്ടൊരു
പട്ടുനൂലുഞ്ഞാലുകെട്ടീ ഞാൻ

എന്ന പാട്ടിലെ ഊഞ്ഞാൽ ഷോട്ടുകൾ, 'താമസമെന്തേ വരുവാൻ' എന്ന ഗാനത്തിലെ ലൈറ്റിംഗ്, 'അറബിക്കടലൊരു മണവാളൻ' എന്ന പാട്ടിലെ ഷോട്ടുകളുടെ ചടുലത എല്ലാം അചുംബിത കല്പനകളുടെ കേളീവിലാസം തന്നെയായിരുന്നു. 'മുറപ്പെണ്ണ്' എന്ന ചിത്രത്തിലെ (എം.ടി.വാസുദേവൻ നായർ എഴുതിയ ആദ്യ തിരക്കഥ) 'കരയുന്നോ പുഴ ചിരിക്കുന്നോ' എന്ന ഗാനത്തിൽ ഭാരതപ്പുഴയുടെ തീരത്തു നില്ക്കുന്ന പ്രേംനസീറിന്റെ നിയന്ത്രിത ചലനങ്ങളും ഓളങ്ങളുടെ താളവും എത്ര ഹൃദ്യം. അതേ ചിത്രത്തിലെ

'കടവത്തു തോണിയടുത്തപ്പോൾ പെണ്ണിന്റെ
കവിളത്തു മഴവില്ലിൻ നിഴലാട്ടം'......എന്ന ഗാനരംഗത്ത് ശാരദയും

ജ്യോതിലക്ഷ്മിയും അഭിനയിക്കുന്ന ഫ്രെയിമുകളും ഓർമ്മയിലെ ഫ്രെയിമിട്ട ചിത്രങ്ങളായിത്തന്നെ ശോഭിക്കുന്നു. ആർ.എസ്. പ്രഭു നിർമ്മിച്ച 'ആഭിജാത്യം' എന്ന സിനിമയും ഗാനങ്ങളാൽ സമൃദ്ധമായിരുന്നു.

പി. ഭാസ്കരൻ രചിച്ച പാട്ടുകളും അവയ്ക്ക് എ.ടി. ഉമ്മർ നൽകിയ സംഗീതവും വിൻസന്റ്മാഷ് നല്കിയ ദൃശ്യഭാഷയും ആ സിനിമയുടെ വിജയത്തെ ഒട്ടൊന്നുമല്ല സഹായിച്ചത്. എല്ലാ ഗാനങ്ങളും മികച്ചവയാണെങ്കിലും

ചെമ്പകപ്പൂങ്കാവനത്തിലെ
പൂമരച്ചോട്ടിൽ
പണ്ടുപണ്ടൊരാട്ടിടയൻ
തപസ്സിരുന്നു
വിണ്ണിൽനിന്നും വന്നിറങ്ങിയ
ഭഗവാനപ്പോൾ - ഒരു
ചന്ദനത്തിൻ മണിവീണ
യവന്നു നൽകി...

എന്ന പാട്ടിന്റെയും

കല്യാണക്കുരുവിക്കു
പുല്ലാനിപ്പുരകെട്ടാൻ
പുല്ലും നെല്ലും വൈക്കോലും
പഞ്ഞിയും പായലും കുമ്മായം
ഇല്ലിയും ചുള്ളിയും മോന്തായം..

എന്ന പാട്ടിന്റെയും ചിത്രീകരണമാണ് ഏറെ മികച്ചുനിന്നത്. രചനയിലുട നീളം തുടിച്ചുനില്ക്കുന്ന ഭാവഭംഗി തന്റെ ഫ്രെയിമുകളിലും ആവാഹിക്കാൻ വിൻസന്റ് മാസ്റ്റർക്കു സാധിച്ചിരുന്നു.

വയലാർ ഗീതങ്ങളോട് ഏറെ പ്രതിപത്തി കാണിച്ചിട്ടുള്ള സംവിധായകനാണ് കെ.എസ്. സേതുമാധവൻ. എങ്കിലും പി.ഭാസ്കരന്റെ അപൂർവ്വം ചില പാട്ടുകൾക്ക് അദ്ദേഹം ദൃശ്യഭാഷയൊരുക്കിയിട്ടുണ്ട്. 'ഓപ്പോൾ' എന്ന ചിത്രത്തിലെ

ഏറ്റുമാനൂരമ്പലത്തിൽ എഴുന്നള്ളത്ത്
മുന്നിൽ കാത്തുനിന്ന പൂവമ്പന്റെ
പള്ളിനായാട്ട് -

എന്ന ഗാനവും, 'പൊന്നി' എന്ന ആദിവാസിക്കഥയിലെ

'മാർകഴിയിൽ മല്ലികപൂത്താൽ
മണ്ണാർകാട് പൂരം ..'.

എന്ന ഗാനവും അവിസ്മരണീയങ്ങളാണ്. അതുപോലെത്തന്നെ മനോഹരമാണ് ചിത്രകാരൻ കൂടിയായ പി. എൻ. മേനോൻ ഭാസ്കരൻ മാസ്റ്ററുടെ 'അല്ലിയാമ്പൽ കടവില്ലന്നരയ്ക്കുവെള്ളം' എന്ന പാട്ടിനും (റോസി) 'ഇടയ്ക്കൊന്നു ചിരിച്ചും ഇടയ്ക്കൊന്നു കരഞ്ഞും ഇടവപ്പാതിയുമോടിയെത്തി' (ചിത്രം- ഓളവും തീരവും) എന്ന പാട്ടിനും നല്കിയ ദൃശ്യഭാഷ. ഓരോ ഫ്രെയിമും ഓരോ പെയിന്റിംഗുകൾ പോലെ തോന്നിച്ചു. ഭരതന്റെ സാക്ഷാത്കാരത്തിൽ 'ഗുരുവായൂർ കേശവനു' വേണ്ടി പി. ഭാസ്കരൻ രചിച്ച

ഉഷാകിരണങ്ങൾ പുല്കി പുല്കി
തുഷാരബിന്ദുവിൻ വദനം ചുവന്നു
പകലിൻ മാറിൽ ദിനകര കരങ്ങൾ
പവിഴമാലികകളണിഞ്ഞു..

എന്ന ഗാനവും അതിന്റെ ചിത്രീകരണവും കൂടി കണക്കിലെടുക്കണം. ഭരതന്റെ അവസാന ചിത്രങ്ങളിലൊന്നായ 'വെങ്കല'ത്തിലെ

പത്തുവെളുപ്പിന് മുറ്റത്തുനില്ക്കണ
കസ്തൂരിമുല്ലയ്ക്ക് കാതുകുത്ത്.........

എന്ന അതിമധുരഗാനമോ? എല്ലാം ഒന്നിനൊന്ന് മെച്ചം. തീർന്നിട്ടില്ല. വിൻസന്റ് മാസ്റ്ററുടെ 'ചെണ്ട'യിൽ ശ്രീവിദ്യ ചെയ്യുന്ന നൃത്തം ഓർമ്മിക്കുക.

താളത്തിൽ താളത്തിൽ
താരമ്പൻ കൊട്ടുന്ന
മേളത്തിൽ ചിലങ്കകൾ കിലുങ്ങി
ഗാനത്തിൻ ഓളത്തിൽ
ആനന്ദനടനത്തിൽ
ചേണുറ്റ മലർമെയ് കുലുങ്ങി

നൃത്തത്തിന്നനുയോജ്യമായ രീതിയിൽ വാക്കുകൾ താളനിബദ്ധമായും ഭാവോജ്ജ്വലമായും അണിനിരത്താൻ പി. ഭാസ്കരനുണ്ടായിരുന്ന കഴിവിന് മികച്ച ഉദാഹരണമാണീ പാട്ട്.

ശശികുമാർ സംവിധാനം ചെയ്ത 'തെക്കൻകാറ്റിനു'വേണ്ടി ബ്രഹ്മാനന്ദൻ പാടിയ

പ്രിയമുള്ളവളേ നിനക്കുവേണ്ടി
പിന്നെയും നവസ്വപ്നോപഹാരം
ഒരുക്കീ...ഒരുക്കീ.. ഞാൻ
നിനക്കുവേണ്ടി മാത്രം..

എന്ന പാട്ടും എ.ബി.രാജ് സംവിധാനം ചെയ്ത 'പ്രസാദ'ത്തിനുവേണ്ടി ഭാസ്കരൻ മാസ്റ്ററെഴുതിയ

പുലയനാർ മണിയമ്മ
പൂമുല്ലക്കാവിലമ്മ
കലമാന്റെ മിഴിയുള്ള
കളിത്തത്തമ്മ............

എന്ന പാട്ടും നിങ്ങൾ മറന്നുപോയോ? എന്ന് സമാനഹൃദയരായ വായനക്കാർ എന്നോടു ചോദിക്കുന്നു. ശരിയാണ്. ഇനിയുമുണ്ട് അദ്ദേഹമെഴുതിയ വാങ്മയ ചിത്രങ്ങൾ എത്രയോ.......

ഒരു സമുദ്രത്തിന്റെ മുമ്പിലാണ് ആരാധനയോടെ ഞാൻ നിൽക്കുന്നത്. ആ സമുദ്രത്തിലെ ഏതാനും തിരകൾ മാത്രമാണ് നാം കണ്ടത്. അനശ്വരനായ ആ ഏകാന്തപഥികന്റെ ദീർഘമായ കാവ്യ- സംഗീതയാത്രയിലെ ചില കാല്പാടുകൾ മാത്രം.

സമയമാം നദി പുറകോട്ടൊഴുകി
സ്മരണതൻ പൂവണിത്താഴ്വരയിൽ
സംഭവമലരുകൾ വിരിഞ്ഞുവീണ്ടും.

■

ഗ്രീൻ ബുക്സ്
ആത്മകഥ/ജീവചരിത്രം

കർമ്മഗതി (ആത്മകഥ)
എം.കെ. സാനു

പ്രപഞ്ചത്തെയും തന്നെയും കുറിച്ചുള്ള ഒരെഴുത്തുകാരന്റെ വിശുദ്ധവിചാരങ്ങളാണ് പ്രൊഫസർ എം.കെ. സാനുവിന്റെ ആത്മകഥയിലെ ഉള്ളടക്കം. മൺമറഞ്ഞുപോയ മാതാപിതാക്കൾക്ക് എഴുത്തുകാരൻ നല്കുന്ന അശ്രുപൂജയായിരിക്കും ഈ ആത്മകഥയിലെ നക്ഷത്രത്തിളക്കമാർന്ന അക്ഷരങ്ങൾ. ജീവിതയാത്രയ്ക്കിടയിൽ കണ്ടുമുട്ടിയ സുഹൃത്തുക്കളെയും ഗുരുക്കന്മാരെയും ശിഷ്യരെയും കുറിച്ചുള്ള ഹരിതസ്മൃതികൾ ഗൃഹാതുരത്വത്തോടെയും കടപ്പാടോടെയും അദ്ദേഹം രേഖപ്പെടുത്തുന്നു.

ആയാതമായാതം (ആത്മകഥ)
കെ.പി. നാരായണ പിഷാരോടി

ജീവിതത്തിന്റെ കർമ്മപഥങ്ങൾ തെളിയിച്ചെടുത്ത നാളുകളിലൂടെ, ഗുരുക്കന്മാരുടെ സ്നേഹവാത്സല്യങ്ങളിലൂടെ, സൗഹൃദങ്ങളുടെ ഇടപെടലുകളിലൂടെ രൂപപ്പെട്ടതാണ് കെ.പി.നാരായണ പിഷാരോടി എന്ന മഹാപ്രതിഭ. ജനനവും ബാല്യവും തുടങ്ങി ഉപസംഹാരം വരെയുള്ള 29 അധ്യായങ്ങളിലൂടെ ഷാരോടി മാസ്റ്റർ ഹൃദയം തുറക്കുന്നു.

നടന്നുതീർത്ത വഴികൾ (ആത്മകഥ)
ഇ. ബാലാനന്ദൻ

കേരളത്തിൽ ട്രേഡ് യൂണിയൻ പ്രസ്ഥാനം കെട്ടിപ്പടുക്കുന്നതിൽ തീവ്രമായ പങ്കുവഹിച്ച സഖാവ് ഇ. ബാലാനന്ദന്റെ ആത്മകഥയാണ് നടന്നുതീർത്ത വഴികൾ. അധ്വാനിക്കുന്ന വർഗ്ഗത്തിന്റെ മോചനത്തിനുവേണ്ടിയാണ് ബാലാനന്ദൻ ദുർഘടമായ ഈ വഴികളൊക്കെയും നടന്നുതീർത്തത്. അധ്വാനിക്കുന്നവരുടെ വിയർപ്പുതുള്ളികളിൽ മഹത്ത്വം കണ്ടെത്തിയ ഈ കമ്മ്യൂണിസ്റ്റുകാരന്റെ ആത്മകഥ പുതിയ തലമുറയ്ക്ക് ഒരത്യപൂർവ്വമായ അനുഭവമാണ്.

ആത്മകഥ - തകഴി
തകഴി

ചരിത്രം വലിയൊരു മുന്നേറ്റം നടത്തിയ നൂറ്റാണ്ടിന്റെ ഭാഗമാണ് തകഴി ശിവശങ്കരപ്പിള്ളയുടെ ജീവിതകാലഘട്ടം. കേരളീയ ജീവിതത്തിന്റെ രാഷ്ട്രീയവും സാമൂഹികവും സാംസ്കാരികവുമായ പരിവർത്തനങ്ങളുടെ ഒരു പരിച്ഛേദം ഈ കൃതി നമുക്കു സമ്മാനിക്കുന്നു.

അക്കിത്തം ആത്മഭാഷണങ്ങൾ (ജീവചരിത്രം)

ഡോ.എൻ.പി. വിജയകൃഷ്ണൻ

അക്കിത്തത്തിന്റെ ജീവിതത്തിലൂടെയും കാവ്യപ്രപഞ്ചത്തിലൂടെയും എൻ.പി. വിജയകൃഷ്ണൻ നടത്തുന്ന പര്യടനമാണീ ഗ്രന്ഥത്തിന്റെ കാതൽ. സംഭാഷണങ്ങളിലൂടെ, ഓർമ്മകളിലൂടെ, അപഗ്രഥനങ്ങളിലൂടെ ഒരു നവോത്ഥാനകാലത്തിന്റെ ചരിത്രം അദ്ദേഹം ചികഞ്ഞെടുക്കുന്നു; ഒപ്പം മലയാളകവിതയുടെയും. കവിയും കവിതയും കാലവും ഇവിടെ സമന്വയിക്കുന്നു.

എന്റെ ജീവിതത്തിലെ എൻ.വി. പർവ്വം (ജീവചരിത്രം)

എം.ആർ. ചന്ദ്രശേഖരൻ

എന്റെ ജീവിതകഥയിലെ എൻ.വി.പർവ്വം സർവ്വാദരണീയനായ എൻ.വി. കൃഷ്ണവാരിയരുമായി ബന്ധപ്പെട്ടുള്ള അനുഭവങ്ങളുടെ ക്രമാനുഗതമായ അനുസ്മരണങ്ങളാണ്. എൻ.വി. ഒരു വ്യക്തിയല്ല, സ്ഥാപനമാണ്. മലയാളത്തിലെ ആത്മകഥാ സാഹിത്യശാഖയ്ക്ക് ലഭിച്ച മികച്ച സംഭാവനയാണ് ഈ പുസ്തകം.

സ്വാതിതിരുനാൾ (ജീവചരിത്രം)

അശോകൻ

ചിത്രകലയിൽ രവിവർമ്മയെന്നപോലെ സംഗീതത്തിൽ കേരളത്തിന് ഉയർത്തിക്കാട്ടാവുന്ന ഒരപൂർവ്വ പ്രതിഭാശാലിയാണ് സ്വാതിതിരുനാൾ. വിദ്യാഭ്യാസത്തിന്റെയും കലയുടെയും സംസ്കാരത്തിന്റെയും മേഖലകളിൽ സ്വാതിതിരുനാൾ നല്കിയ സംഭാവനകൾ കേരള ചരിത്രത്തിലെ സുവർണ്ണരേഖകളാണ്. സംഭവബഹുലമായ ആ ജീവിതത്തിന്റെ വിശ്വാസയോഗ്യവും പൂർണ്ണവുമായ ഒരു ജീവചരിത്രമാണ് കെ.അശോകൻ രചിച്ച ഈ പുസ്തകം.

കുഞ്ഞുണ്ണി - ജീവിതരേഖകൾ (ജീവചരിത്രം)

പി.ആർ. ജയശീലൻ

ഇത്തിരിപ്പോന്ന വാക്കുകളാൽ ഒത്തിരിപ്പോന്ന ആകാശവും നക്ഷത്രങ്ങളും സൃഷ്ടിക്കാൻ കുഞ്ഞുണ്ണിക്കു കഴിഞ്ഞു. മൂന്നു വാക്കുകൾകൊണ്ട് നാലാമതൊരു നക്ഷത്രം എന്ന ചൊല്ല് കുഞ്ഞുണ്ണിയുടെ കാര്യത്തിൽ അന്വർത്ഥമാകുന്നു. ഉത്തമ കവിതയ്ക്കു കാലദേശാദികൾ പ്രസക്തമല്ല; എന്തിന്, കവിപോലും പ്രസക്തമല്ല. ആയതിനാൽ കുഞ്ഞുണ്ണിക്കവിത കാലാതീതമാകുന്നു.